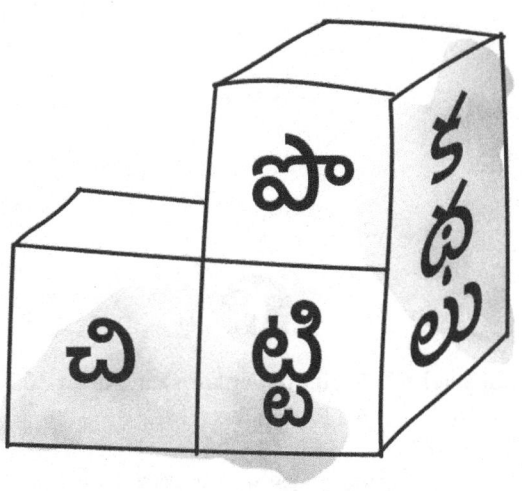

సరిపల్లి వెంకట రవికిరణ్

notionpress
.com

INDIA • SINGAPORE • MALAYSIA

ISBN 979-8-89363-919-3

Author Address:

Email: ravikiransaripalli123@gmail.com

Phone: 9619192295

Flat 2501, Block-2, My Home Avatar, Puppalguda,
Hyderabad-500075

రచయిత సరిపల్లి వెంకట రవి కిరణ్ ఇతర పుస్తకాలు:

1. STRINGS

2. FLAME

3. TWIN STRANGERS

4. క్లైమాక్స్ (తెలుగు)

Copies available on: amazon, flipkart, kobo, Notion Press

అంకితం

స్వర్గ శ్రీ సరిపల్లి వేంకట నరేంద్ర ద్వారకనాథ్,

స్వర్గ శ్రీ అయ్యగారి సుబ్రమణ్యశర్మ గార్లకు అంతులేని ప్రేమాభిమానాలతో...

అకాల మరణంతో వీడ్కోలు పలికిన స్నేహితుడు, సాహిత్యాభిమాని స్వర్గ శ్రీ కాశీనాధుని సత్యనారాయణ (బాబు) చిరకాల మైత్రికి...

విషయ సూచిక

5 + 3 =11

రాత్రి ఎనిమిది. రావు భోజనం చేశాడు. బెడ్రూంలోకి వెళ్ళి డబల్ కాట్ మీద నడుం వాల్చాడు. హాయిగా ఉన్నాడు. ఓ చేత్తో బొజ్జ రాసుకుంటూ కూనిరాగం తీస్తున్నాడు.

లావణ్య హాల్లోంచి మొగుడ్ని గమనిస్తోంది. వెళ్ళి మొగుడి పక్కన కూర్చుంది. చీర కొంగుతో మొగుడి నుదురు నిమిరింది. గుబురు మీసాలు సవరించింది. తన గొంతు సవరించుకుంది.

"స్వప్నకి పెళ్లి కుదిరింది. నీ తమ్ముడు నీతో చెప్పే ఉంటాడు," అంది.

రావు లేదే అన్నట్టు తల అడ్డంగా ఆడించాడు.

"త్రిపుర, సత్యం నాక్కూడా ఇంకా చెప్పలేదు. ఆ నోటా ఈ నోటా తిరిగి వచ్చి నాకు చేరింది వార్త," అంది లావణ్య.

త్రిపుర లావణ్యకి తోడికోడలు. సత్యం లావణ్యకి మరిది. త్రిపుర, సత్యంల కూతురు స్వప్న.

రావు మొబైల్ ఫోను మోగింది.

"నీ తమ్ముడే కాల్ చేస్తున్నాడు. నాదొక మాట విని ఆ తర్వాత కాల్ రిసీవ్ చేసుకో!" అంది లావణ్య.

'ఏమిటి?" అని రావు కళ్ళు ఎగరేశాడు.

"ఏమిటేమిటి? ఆడపిల్ల పెళ్ళంటే మాటలా? ఖర్చు! మనల్ని ఒక చెయ్యి వెయ్యమంటాడు. ఎంత ఇవ్వాలో మనిద్దరం ఓ మాట ముందుగా అనుకుంటే ఏ సమస్యా ఉండదు. ఏమంటావ్?"

తమ్ముడి కాల్ రిసీవ్ చేసుకోవటం పెండింగ్ పెట్టి, “ఎంతంటావ్?” అని రావు అడిగాడు.

“మన భద్రాన్ని మెడిసిన్ చదివించాలి. బోల్డు ఖర్చుంది ఎదర మనకి. ఆడపిల్ల పెళ్ళంటే, చీరలు, బంగారం ఖర్చు పక్కన పెడితే, మిగతా వాటికి ఓ పది లక్షలవుతుంది. నా ఉద్దేశ్యం మహా అయితే మనం ఓ మూడు లక్షలు ఇవ్వగలం,” అంది లావణ్య.

రావు తలుపాడు.

రావు సత్యం కంటే మెరుగైన ఉద్యోగంలో ఉన్నాడు. రావుకి ఒక్కడే కొడుకు. పేరు భద్రం. సత్యానికి చిన్న ఉద్యోగం. ఇద్దరు ఆడపిల్లలు అతనికి.

రావు తమ్ముడికి కాల్ చేశాడు. “సత్యం, చెప్పరా. ఏంటి విశేషాలు? పేరుకి ఇద్దరం హైద్రాబాదులో ఉన్నామనే కానీ బొత్తిగా కలవటం కుదరట్లే!”

“అన్నా! గుడ్ న్యూస్! స్వప్నకి మేరేజ్ కుదిరింది. అమెరికా సంబంధం. ఈరోజే వాళ్ళు ఓకే చెప్పారు. రేపు ఇంటికొస్తా. నీతో మాట్లాడాలి. ఇదిగో ...వదినతో, నీతో త్రిపుర మాట్లాడాలిట...ఫోన్ ఇస్తున్నా,“ అన్నాడు సత్యం.

* * * * *

సత్యం పక్కరోజు వచ్చి అన్నకీ వదినకీ పెళ్లి సంబంధం విశేషాలు చెప్పాడు.

“అమెరికా సంబంధం! ఖర్చు ఎక్కువయ్యేలా ఉంది. పెళ్లి మంటపం, భోజనాల ఖర్చే పదకొండు లక్షలదాకా అవుతోంది. అది కాకుండా,

బట్టలు బంగారం ఖర్చు వేరే. పి. ఎఫ్ లోను పెడతాను. నువ్వు కూడా ఓ చెయ్యి వేస్తావని....” అని సత్యం నసిగాడు.

ఓ పది నిమిషాలు విషయాన్ని అటు తిప్పి, ఇటు తిప్పి రావు మూడు లక్షలు ఖాయం చేశాడు.

“సత్యం, చెక్ చేసుకో. నీ ఎకౌంటుకి మూడు లక్షలు ట్రాన్స్‌ఫర్ చేశాను,” అన్నాడు.

సత్యం ఫోనులో చెక్ చేసుకుని, “sms వచ్చిందన్నా!” అన్నాడు సంతోషంగా.

లావణ్య రావుని మెచ్చుకోలుగా చూసింది.

రావు తమ్ముడ్ని సాగనంపుతూ, కాంపౌండ్ గేటు దాకా వెళ్ళాడు. వెనక్కి చూసీ చూడనట్టుగా చూశాడు! లావణ్య కనపడలేదు.

సత్యంతో, “మళ్ళీ చెక్ చేసుకో. ఇంకో రెండు లక్షలు ట్రాన్స్‌ఫర్ చేశాను. కానీ, నేను మూడు లక్షలే ఇచ్చానని త్రిపురతో చెప్పు,” అన్నాడు రావు.

సత్యం ఫోన్ చెక్ చేసుకుని, “మొత్తం ఐదు ఇచ్చావు. థాంక్స్ అన్నా!” అని స్కూటర్ దాకా వెళ్ళినవాడు వెనక్కి వచ్చి, “అన్నా! నిజానికి త్రిపుర నిన్ను పది లక్షలు అడగమంది. ఓ పని చేస్తా! నువ్వు పది లక్షలకి ఓకే అన్నావని, ప్రస్తుతానికి ఐదు ఇచ్చావని తనతో చెప్తా!” అన్నాడు.

రావు ఇబ్బందిగా పెట్టాడు మొహం. ఏదో అనబోయాడు. ఈలోగా లావణ్య వచ్చిందక్కడికి.

సత్యం మాట మార్చి, “ఉంటా అన్నా! వదినా ఉంటా! నెలకి ఇంత అని ఇచ్చేస్తా! థాంక్స్!” అని వెళ్లిపోయాడు.

లావణ్య రావు కేసి చూసింది. "నెలకి ఇంత ఇస్తా అన్నాడు కదా అని వడ్డీ అడక్కు. అసలు మాత్రమే తీసుకో. అదీ ఎప్పుడు ఇస్తే అప్పుడే తీసుకో," అంది.

"అంతే! అంతే!" రావు కళ్ళు చిట్లిస్తూ, మీసం దువ్వుకుంటూ అన్నాడు.

"అంతే...అంతే..అంటే కాదు. వడ్డీ వద్దు అని ఖచ్చితంగా చెప్పు. ఇప్పుడే కాల్ చేసి నా ముందే చెప్పు. మనం మూడు లక్షలే ఇచ్చాం అని త్రిపుర అసలే చిన్నబుచ్చుకుంటుంది. అందుకు నేనే కారణం అనుకుంటుంది కూడా. రేపు షాపింగ్ కి త్రిపుర, స్వప్నతో కలిసి నేను వెళ్తున్నా. నేనూ అదే చెప్తా త్రిపురతో. డబ్బు అర్జెంట్ గా తిరిగి ఇవ్వక్కర్లేదు. వడ్డీ కూడా వద్దు అని చెప్తా!"

రావు అన్నిటికీ తలూపాడు.

నిజానికి రావుకి పెళ్లి మంటపం, పెళ్లి భోజనాల ఖర్చు వెరసి....పదకొండు లక్షలు తమ్ముడికి ఇవ్వాలని ఉంది. లావణ్య మూడే ఇమ్మంది. తను మరో రెండు కలిపి ఐదు చేశాడు.

'మూడు లక్షలు ఇవ్వమని నేను మాట వరసకి అంటే పెద్ద భార్యా విధేయుడిలా మూడంటే మూడు లక్షలు ఇచ్చాడు. ఈ సలహా నేనే ఇచ్చానని వాళ్ళు ఇట్టే అర్థం చేసుకుంటారు," అని లావణ్య గొణుక్కుంది తనలో తను.

* * * * *

సత్యం ఇంటికెళ్ళాడు. ఫోన్ లో sms లు త్రిపురకి చూపించి, "అన్నని పది లక్షలడిగాను. ఒప్పుకున్నాడు. ఇప్పటికి ఐదు ఇచ్చాడు. రేపు

మిగతా ఐదు ఇస్తాడు. అన్నట్టు, అసలు విషయం విను. తను మూడు లక్షలే ఇచ్చినట్టు నీకు చెప్పమన్నాడు. వదినకి కూడా అదే చెప్పాడు. జాగ్రత్త. ఎక్కడైనా నోరు జారేవ్!" అన్నాడు.

"అది సరే! నెలకి ఇంత అని ఇచ్చేస్తాం అని లావణ్య వింటుండగా చెప్పారా లేదా?" అంది త్రిపుర.

"ఓ! ఖచ్చితంగా చెప్పాను," అన్నాడు సత్యం.

* * * * *

పక్క రోజు లావణ్య , త్రిపుర, స్వప్న పెళ్లి షాపింగ్ కి కలిసి వెళ్లారు.

లావణ్య స్వప్న మెడలో మూడు లక్షల విలువ చేసే బంగారం గొలుసు వేసింది.

"ఇది మావాళ్లు నాకిచ్చిన గొలుసు. స్వప్నకి పెళ్లి సెటిల్ అయినప్పుడు ఇద్దామని ఎప్పట్నించో అనుకుంటున్నా. త్రిపురా! మీ బావగారితో నే చెప్పలేదు. అన్నీ మగాళ్లకి చెప్పక్కర్లే. చెప్పినా రావు అడ్డు చెప్పడు. ఒక వేళ అడ్డు చెప్తే, నాకు బాధవుతుంది. అందుకే చెప్పలేదు. మనకి ఆపాటి స్వతంత్రం ఉండాలి." అంది లావణ్య.

"నీ ఋణం ఉంచుకోం, అక్కా!" అంది త్రిపుర.

"కొంపతీసి, ఈ గొలుసు అప్పుగా ఇస్తున్నాననుకునేవ్. ఇది నా బహుమతి. అప్పులా లెక్క కట్టి వెనక్కి ఇస్తే నా మీద ఒట్టే," అంది లావణ్య.

దొడ్డ మనసు మహా దొడ్డది అని మురిసింది స్వప్న.

* * * * *

రెండేళ్ళైంది. నెలకి ఇంత అని ఇవ్వలేకపోయాడు సత్యం. కారణం-రెండో ఆడపిల్ల చదువు ఖర్చులు వచ్చాయి. స్వప్న పెళ్లికి ఆఫీసులో చేసిన బకాయిలు ఇంకా తీరుస్తూనే ఉన్నాడు.

త్రిపుర అడిగినప్పుడు మటుకూ, "నెల నెలా ఇస్తున్నానే!" అన్నాడు సత్యం.

ఒకరోజు త్రిపుర సత్యాన్ని అడిగింది, "ఇప్పటికి పది లక్షల్లో ఎంత వాపస్ ఇచ్చాం!"

సత్యం ఏవో లెక్కలు వేసినట్టు నటించి, "ఆరు లక్షలు రిటర్న్ చేశా! ఇప్పుడా విషయం ఎందుకు?" అన్నాడు.

"ఏం లేదులే! ఎంత చెట్టుకు అంత గాలి అని ..వాళ్ళ ఖర్చులు వాళ్ళకి ఉంటాయి. నువ్వు నెల నెలా ఇస్తున్నావు. మీ అన్నయ్య తీసుకుంటున్నాడు. ఆ విషయం లావణ్యకి తెలుసో లేదో! బంగారం చైన్ తీసుకోవటమే నాకిష్టం లేదు. సరే! ఆడ పిల్లకి ఇస్తుంటే కాదనలేకపోయాను." అంది త్రిపుర.

"బంగారం చైన్ ఏంటి?" అన్నాడు సత్యం.

"ఏం లేదులే!" అని త్రిపుర అక్కడ్నించి తుర్రుమంది. లావణ్యకి వాట్సప్ మెసేజ్ పెట్టింది, ***"అక్కా! స్వప్న పెళ్ళికి మీరు ఎంతో సాయం చేశారు. పేరుకి ఆరు లక్షలు వెనక్కి ఇచ్చామన్న మాటే కానీ, నిజానికి మీ సాయం లెక్క పెట్టలేనిది."***

లావణ్య మెసేజ్ చూసింది. చకచకా రావు దగ్గరకి వెళ్లింది. "ఇప్పటికి నీ తమ్ముడు ఎంత ఇచ్చాడు?" అంది.

రావు గతుక్కుమన్నాడు. ఆ ప్రశ్నకి అతని దగ్గర సమాధానం రెడీగా లేదు. నీళ్ళు, గాలి, వెలుతురు ఒకటేమిటి అన్నీ నమిలాడు.

లావణ్య వాట్సాప్ మెసేజ్ ని చూపించింది. "మనం మూడు లక్షలు ఇస్తే, వాళ్ళు ఆరు లక్షలు వెనక్కి ఇచ్చారు. అంటే నువ్వు వడ్డీ వసూలు చేస్తున్నావు. అవునా?"

"లేదే! వడ్డీ తీసుకోవట్లే!"

"అంటే నేను స్వప్నకి ఇచ్చిన బంగారం చైన్ కి మూడు లక్షలు లెక్క వేసి వాళ్ళు వెనక్కి ఇస్తే, నువ్వు తగుదునమ్మా అని నాతో ఓ మాటైనా చెప్పకుండా తీసుకున్నావు." అని గుర్రుగా చూసింది లావణ్య.

"...............?!" రావుకి ఏం పాలుపోలే. కిమ్మనకుండా వింటున్నాడు. ఓ విషయం అయితే అర్థమైంది. సత్యం త్రిపురతో ఆరు లక్షలు వెనక్కి ఇచ్చినట్టు బొంకాడన్న మాట.

"మనం మూడు లక్షలు ఇచ్చాం. అంతే వెనక్కి తీసుకుంటాం. నేను బంగారం చైన్ గిఫ్ట్ గా ఇచ్చాను. ఆ చైన్ కి వాళ్ళు మూడు లక్షలు లెక్క కట్టి అప్పులా తీరిస్తే మనం తీసుకోం. నువ్వు ఈ క్షణమే నీ తమ్ముడికి మూడు లక్షలు ట్రాన్స్ఫర్ చెయ్యి," అని లావణ్య మొగుడికి ఆర్డర్ వేసింది.

"నువ్వు స్వప్నకి గోల్డ్ చైన్ ఇచ్చావా?" రావు ప్రశ్నించాడు.

"అబ్బా! ఎంత నంగిరిలా ఏమీ ఎరగనట్టు అడుగుతున్నావు. ఆరు లక్షలు వెనక్కి తీసుకున్నప్పుడు ఏ సందేహం రాలేదేం అయ్యగారికి? త్రిపుర మరీ ఖచ్చితమైన మనిషి. అలా లెక్కలు కట్టి వెనక్కి ఇచ్చేయాలా? ఇప్పుడే మూడు లక్షలు బదిలీ చెయ్యి. నా కళ్ల ముందు." లావణ్య డిమాండ్ చేసింది.

తమ్ముడికి నెట్ బ్యాంకింగ్ లో మూడు లక్షలు ట్రాన్స్ఫర్ చేశాడు రావు.

లావణ్య శాంతించింది.

రావు కూడా సంతోషించాడు. తను మొదట లావణ్య సలహా మేరకు మూడు లక్షలే ఇచ్చాడు. లావణ్యకి తెలియకుండా మరో రెండు లక్షలు బదిలీ చేశాడు. అంటే తన లెక్క ప్రకారం ఐదు లక్షలు ఇచ్చాడు. తనకి తెలియకుండా లావణ్య మూడు లక్షల బంగారం గొలుసు ఇచ్చింది. అక్కడికి ఎనిమిది. విచిత్రమైన పరిస్థితిలో మరో మూడు లక్షలు కొద్ది సేపటి కితం బదిలీ చేయాల్సి వచ్చింది. అంటే పదకొండు. తను తమ్ముడికి మొత్తం పెళ్లి మంటపం, పెళ్లి భోజనం ఖర్చు పదకొండు లక్షలు సాయం చేద్దామనుకున్నాడు. ఆ లెక్క సరిపోయింది.

* * * * *

సత్యం అన్నకి కాల్ చేసి, "అన్నా! మూడు లక్షలు బదిలీ చేశావ్! దేనికీ?" అని అడిగాడు.

"5 + 3 = 11. ఆ లెక్క తేలటానికి బదిలీ చేశా! ఉంచు," అంటూ మొత్తం విషయం చెప్పాడు నవ్వుతూ.

"నీకు డబ్బు తిరిగి ఎప్పటికి ఇవ్వగలనో?" అన్నాడు సత్యం.

"నీ దగ్గర ఉన్నప్పుడు నేనే అడుగుతా," అన్నాడు రావు.

* * * * *

మరో రెండేళ్లు గడిచాయి. భద్రానికి మెడిసిన్ లో సీటు రాలేదు. M.Sc. చేశాడు. ఏవో చిన్నా చితకా ఉద్యోగాలు వచ్చాయి కానీ జాయిన్ అవటానికి నామోషి.

కొడుకు జులాయిలా తిరుగుతున్నాడు. రావు లావణ్య బెంగ పెట్టుకున్నారు.

17

స్వప్న భద్రాన్ని అమెరికా రమ్మంది. తన ఇంట్లో నీడ ఇచ్చింది. భద్రం చిన్న ఉద్యోగంలో చేరాడు. అమెరికాలో ఏ ఉద్యోగం వచ్చినా చేయటానికి ఎవరికీ నామోషి లేదు. అలా చేసిన వాళ్ళని, అక్కడ వ్యక్తిత్వం ఉన్న మనిషి అంటారు పైగా. భద్రానికి బతుకుతెరువు దొరికింది. నిలదొక్కుకున్నాడు. గాడిలో పడ్డాడు.

* * * * *

చాన్నాళ్ల తర్వాత సత్యం త్రిపురతో అన్నాడు, "నిజానికి అన్నకి ఒక్క రూపాయి కూడా నేను వెనక్కివ్వలేదు. నీకబద్ధం చెప్పాను."

"నువ్విలాంటి నిర్వాకం చేసే ఉంటావని నాకు అనుమానం. అందుకే భద్రానికి ఓ దారి చూపించమని నేనే స్వప్నని రిక్వెస్ట్ చేశాను," అంది త్రిపుర.

సత్యం ఊరట చెందాడు. అన్నదమ్ముల మధ్య లెక్కలు వేరే. అవి ఎప్పుడూ 5 + 3 = 11 అనుకున్నాడు.

Placebo

అది 1995 సంవత్సరం.

సంతానం వయసు నలభై ఐదు. అతను హోమియోపతి డాక్టరు. అతనికి ఒక కొడుకు, కూతురు.

కొడుకు ఇంజనీరింగ్ చదువుతున్నాడు. కూతురు డిగ్రీ మొదటి సంవత్సరం.

సంతానానికి సొంతిల్లుంది. పూర్వీకులనుంచి సంక్రమించిన పాతకాలం డాబా.

వసారాకి కుడిపైపు ఉన్న గదిలో, సంతానం హోమియో క్లినిక్ నడిపేవాడు.

అతనికి లాండ్ లైన్ ఫోన్ కనెక్షన్ ఉండేది. ఆ ఫోన్ కనెక్షన్ కూడా అతని తాతల కాలంనాటిది.

ఆ ఊళ్ళో లాండ్ లైన్ ఉన్న బహు కొద్ది మందిలో సంతానం ఒకడు.

ఆ ఫోన్ అతను వాడడు.

ఇంట్లో వాళ్ళు వాడలేరు. ఎవరూ నెంబర్ డైలింగ్ చేయకుండా ఆ నల్ల ఫోనుకి చిన్న తాళం వేసే వెసులుబాటు ఉండేది. ఫోనుకి చింతపిక్కంత తాళం వేసి ఉండేది.

అది పాతిక వేల మంది జనాభా ఉన్న చిన్న ఊరు. హోమియోపతి మందులంటే నమ్మకం ఉన్న కొద్దిపాటి పేషంట్లే అతనికి ఆశాకిరణాలు.

సంతానం ఎప్పుడూ ట్రిమ్ గా ఉంటాడు.

ఇస్త్రీ చేసిన తెల్ల రంగు ఖద్దరు చొక్కా, ఖాకీ రంగు టెరీ కాటన్ పాంటు ధరించి, గెడ్డం నున్నగా షేవ్ చేసుకుని, జుట్టు అందంగా దువ్వుకుని, మొహం మీద చిరునవ్వుతో, అందంగా, శుభ్రంగా, నిలకడగా ఉండేవాడు.

భుజం మీద వెండి జరీ అంచున్న ఓ ఖద్దరు కండువా ఉండేది.

అతడ్ని మరోలా, అంటే చింపిరిగా, అవకతవకగా ఉండటం చూసినవాళ్లు ఆ ఊళ్ళో లేరు అంటే అతిశయోక్తి కాదు.

"మిమ్మల్ని చూస్తే చాలు డాక్టరుగారూ, సగం జబ్బు నయమైపోతుంది" అనేవారు అతని పేషంట్లు.

సంతానం భార్య పేరు విమల. ఆమె చదువుకోలేదు. భర్త నిబద్ధత చూస్తే ఆమెకి భయం. మొగుడు డాక్టర్ కాబట్టి అతనంటే గౌరవం కూడా. పేరుకి డాక్టరు అయినా ఆదాయం అంతంత మాత్రమే అని గ్రహించి, ఒబ్బిడిగా ఖర్చు పెట్టడం అలవాటు చేసుకున్న గృహిణి!

సంతానం ఆ బొటాబొటీ ఆదాయంలోంచే పొదుపు చేసేవాడు. ప్రతి ఏడాది కొత్త రికరింగ్ డిపాజిట్ ఖాతా తెరిచేవాడు బ్యాంకులో.

బ్యాంకు రద్దీ సమయంలో కాకుండా, ఖాతాదార్లు అందరూ వెళ్లిపోయాక బ్యాంకుకి వెళ్ళి, మేనేజరును కలిసి, మేనేజరు గదిలో కూర్చుని, తన వ్యవహారం ముగించుకునేవాడు.

అలా వెళ్లినప్పుడు లాకరు కూడా ఆపరేట్ చేసేవాడు. లాకరు ఆపరేట్ చేసి, లాకరులో పెట్టిన లేక తీసిన విలువైన వస్తువులు ఒక ఖరీదైన మెరిసే తోలు బ్యాగ్ లో సర్దుకునేవాడు. ఆ బ్యాగ్ కి తోలు హాండెల్స్, ఇత్తడి జిప్ ఉండేవి.

అతను లాకరు గదిలో పని ముగించుకుని, బ్యాగుకి జిప్ వేస్తే, చుయ్ మని మెత్తని శబ్దం బ్యాంకు హాల్లోకి వినపడేది. తోలు హాండిల్స్ ని శ్రద్ధగా పట్టుకుని, బ్యాగ్ ని చాలా జాగ్రత్తగా తీసుకెళ్ళేవాడు.

ఆ ఊళ్ళో బ్యాంకులో లాకరున్న కొద్ది మందిలో సంతానం ఒకడు.

అయితే, అతని పేరుమీద బ్యాంకులో లాకరు ఉంది అన్న విషయం అతను తన భార్యా పిల్లలకి చెప్పలేదు. రహస్యాలు ఎన్నాళ్ళో దాగవు.

ఒకసారి సాయంత్రం బ్యాంకులో లాకరు ఆపరేట్ చేసి, లాకరు గదిలోంచి బయటికి వచ్చి, చేతిలో తోలు బ్యాగ్ తో మేనేజరు గది వైపు వెళ్ళి, మేనేజర్ని కలిసి కాసేపు ముచ్చట్లు పెట్టి, తిరిగి వెళ్లిపోతున్న సంతానాన్ని, జానకి చూసింది.

జానకి, విమల స్నేహితురాళ్లు. బంగారం తాకట్టు పెట్టి అప్పు తీసుకుందామని జానకి ఆరోజు వచ్చి, బ్యాంకు హాల్లో ఓ మూల బెంచీ మీద కూర్చుని ఉంది. "అబ్బో ! విమల వాళ్ళకి బ్యాంకులో లాకరు కూడా ఉందే!" అనుకుంది జానకి.

ఆ పై వారం, జానకి విమలతో, "బ్యాంకులో లాకరు అద్దె చాలా ఉంటుందా?" అని అడిగింది. విమల తెలియదంది. ఆ చర్చ అలా సాగి, విమలకి అప్పుడు తెలిసింది తన భర్తకి బ్యాంకులో లాకరు ఉందని.

"మా ఆయనకి లాకరుందని నాకు తెలియదు" అంది విమల జానకితో.

"చచ్చాను పో! నేను నీకు చెప్పిన విషయం మీ ఆయనతో చెప్పేవ్! నా మీద ఒట్టు!" అని జానకి విమలతో ఒట్టు వేయించుకుంది.

విమల బాధపడలేదు భర్త తన దగ్గర అంత ముఖ్యమైన విషయం రహస్యంగా దాచిపెట్టినందుకు. మొగుడికి గుట్టు ఎక్కువ అని పెళ్లి

అయిన మొదటి రోజే గుర్తించింది. భర్తని నిలదీసి అడిగే తత్త్వం కూడా కాదు ఆమెది.

మరో రెండేళ్లకు కొడుకు ఇంజనీరింగ్ చదువు అయింది. పై చదువులకి ఖర్చులు పెరుగుతున్న రోజులవి. ఖర్చుల అంకెలు వేల నుంచి లక్షల్లోకి మారుతున్నాయి.

సంతానం లక్ష రూపాయల అప్పు కోసం బ్యాంకుకి వెళ్ళాడు. బ్యాంకులు అప్పులు పంచి పెట్టే వ్యాపార ధోరణి అప్పటికి ఇంకా రాలేదు.

"ఎడ్యుకేషన్ లోన్' అని కొత్త స్కీమ్ వస్తుంది అంటున్నారు. వెయిట్ చేయండి డాక్టరుగారు," అన్నాడు లోన్లు శాంక్షన్ చేసే ఆఫీసరు.

సంతానం మేనేజరుతో, "పోనీ, బంగారం తాకట్టు పెట్టుకుని లక్ష శాంక్షన్ చేయండి. బంగారం నా లాకర్లో ఉంటే ఏంటి? మీ దగ్గరుంటే ఏంటి? అయితే నాకు చెక్కు బుక్కు కావాలి డబ్బులు వేసి తీసుకునేలా!" అన్నాడు.

రూల్స్ ప్రకారం, బంగారం అప్పు మీద చెక్కు బుక్కు ఇవ్వటం కుదరదు బ్యాంకుకి.

మేనేజరు, లోన్లు ఇచ్చే ఫీల్డ్ ఆఫీసరు కాసేపు తర్జన భర్జన పడ్డారు.

మేనేజర్ చివరికి, "సంతానంగారు డాక్టరు. మనకి ఎప్పట్నించో డిపాజిటరు. లాకరు కూడా ఉన్న ముఖ్యమైన కస్టమరు. క్లీన్ ఓవర్ డ్రాఫ్ట్ శాంక్షన్ చేద్దాం! ఓవర్ డ్రాఫ్ట్ ఖాతాకి చెక్ బుక్ ఇవ్వటం ఇబ్బంది లేదు," అని, సంతానం కేసి తిరిగి, "ఓవర్ డ్రాఫ్ట్ చాలా అరుదుగా ఇస్తాం. ప్రత్యేకించి మీలాంటి పెద్దమనుషులకోసమే ఓవర్ డ్రాఫ్ట్ అనే లోను బ్యాంకులో ఉంది. అది తీసుకోండి," అన్నాడు.

సంతానం లక్ష రూపాయల ఓవర్ డ్రాఫ్ట్ తీసుకున్నాడు. ప్రతి నెలా వడ్డీ, వాయిదా టంచన్ గా కట్టేవాడు.

కొడుకుని పై చదువులకి కాలేజీలో జాయిన్ చేస్తూ, ఫీజు కట్టడానికి చెక్కు ఇచ్చాడు. ఏ లావాదేవీకైనా చెక్కులు వాడేవాడు. చెక్కు ఇవ్వటం హోదాకి నమూనా! అలాగని పొదుపు మానలేదు. రికరింగ్ డిపాజిట్లు చిన్నా చితకా ఓపెన్ చేయటం మానలేదు. అప్పుడప్పుడు, భార్య విమలని కూడా బ్యాంకుకి తీసుకెళ్లి, కొత్త రికరింగ్ డిపాజిట్ జాయింట్ అకౌంట్ ఓపెన్ చేసేవాడు.

అలా మొదటిసారి భర్తతో బ్యాంకుకి వెళ్లినప్పుడు, విమల కాటన్ చీర కట్టుకుని రెడీ అయింది.

సంతానం విమలతో, "ఖరీదైన చీర కట్టుకో! నెక్లెస్ పెట్టుకో" అన్నాడు.

"పెళ్ళికి వెళ్తున్నామా?" అని ఓ పక్క గొణుక్కుంటూనే, సిల్కు చీర, నెక్లెస్ ధరించి బ్యాంకుకి వెళ్లింది.

విమలతో వెళ్లినప్పుడు మటుకూ, సంతానం లాకరు ఆపరేట్ చేసేవాడు కాదు. లాకరు ఊసే విమల దగ్గర ఎత్తలేదు!

నాలుగేళ్ల తర్వాత, కూతురి పెళ్ళికి ఐదు లక్షలు అప్పు అవసరం అయింది. అప్పటికి బ్యాంకు మేనేజర్ మారాడు.

కొత్త బ్యాంకు మేనేజరుతో కూడా గౌరవప్రదమైన రిలేషన్ ఉంది సంతానానికి.

ఐదు లక్షల ఓవర్ డ్రాఫ్ట్ తీసుకున్నాడు.

ఉన్నంతలో ఘనంగానే పెళ్లి చేశాడు.

"మీ ఆయన బ్యాంకులో అప్పు త్వరగా శాంక్షన్ చేయించుకుంటాడు. మా ఆయనా ఉన్నాడు. ఉత్త వేస్ట్! పేరుకే టీచర్! బ్యాంకుకి వెళ్తే నోరు పెగలదు," అనేది జానకి విమలతో!

* * * * *

ఇన్నేళ్ల సంసారంలో, విమల ఎంతోమంది పేషంట్లు తన భర్త దగ్గరకి రావటం చూసింది.

వాళ్ళల్లో కొంతమంది, "డాక్టరుగారూ! 'హోమియోపతి మాత్రల్లో నిజానికి ఏ మందూ ఉండదు! అవి ఉత్త షుగర్ పిల్స్! జస్ట్ ఒక placebo' అంటారు. నిజమేనా?" అని తన భర్తని అడగటం విమల వింది.

ఈ placebo అనే పదం కొన్ని వందల సార్లు వింది విమల.

ఆ ప్రశ్నకి తన భర్త ఇచ్చిన సమాధానం కూడా వింది.

"హోమియోపతి చాలా రీసెర్చ్ జరిగిన మెడికల్ సైన్స్. ఇంక placebo అంటారా! ఇంగ్లీష్ మందుల్లో కూడా కొన్ని ప్లాసీబోలు ఉంటాయి. Placebo effect లేకుండా ప్రపంచం నడవదు. అదో పెద్ద సబ్జెక్ట్!" అని నవ్వుతూ హోమియో మాత్రలు పొట్లాలుగా కట్టి పేషంట్లకు ఇచ్చేవాడు సంతానం.

మొగుడు చెప్పేది ఇన్నేళ్లుగా వింటున్నా, 'Placebo ఎఫెక్ట్' అంటే ఏమిటో విమలకి అర్థం కాలేదు.

* * * * *

సంతానం కొడుకు మంచి ఉద్యోగంలో సెటిల్ అయ్యాడు చెన్నైలో.

సంతానం, విమల ఒకరికొకరు మిగిలారు.

మరో అయిదేళ్ళకి సంతానం ఓవర్ డ్రాఫ్ట్ అప్పులన్నీ తీర్చేశాడు.

సంతానంకి వయసు మీద పడుతోంది. హోమియో వైద్యం నుంచి ఆదాయం మరింత కుంటుపడింది. బ్యాంకు లాకరు అద్దెలు పెరిగిపోతున్నాయి. రికరింగ్ డిపాజిట్లు వెనక్కి తీసుకుని, లాకరు కూడా సరెండర్ చేద్దామని అనుకున్నాడు సంతానం.

అంతా సజావుగా ఉంది అనుకున్న తరుణంలో, హఠాత్తుగా సంతానం గుండెపోటుతో మరణించాడు.

పదో రోజున, బ్యాంకు మేనేజరు, సిబ్బంది వచ్చారు పరామర్శకి.

విమల తను చెన్నై వెళ్ళి, కొడుకుతో ఉండబోతున్నానని, బ్యాంకు సిబ్బంది చేసిన సహాయానికి ఋణపడి ఉంటామని అంది.

రికరింగ్ డిపాజిట్లు క్లోజ్ చేసి, లాకర్ ని సరెండర్ చేసి వెళ్ళమని చెప్పాడు బ్యాంకు మేనేజర్. విమలని నామినీగా పెట్టాడు సంతానం.

ఊరు వదిలి వెళ్లకముందు, విమల బ్యాంకుకి వెళ్ళి రికరింగ్ డిపాజిట్లు క్లోజ్ చేసింది. ఏ కొద్ది వేలో మాత్రమే వచ్చింది చేతిలోకి. అంత చిన్న మొత్తాలు మొగుడు ఎందుకు రికరింగ్ డిపాజిట్లుగా వేశాడో విమలకి బోధపడలేదు. లాకరు సరెండర్ చేసింది.

* * * * *

కొద్ది సంవత్సరాల తర్వాత...

పుల్లారెడ్డి స్వీట్ స్టాల్లో ఎన్ని రకాల స్వీట్లు ఉన్నాయో, అన్ని రకాల పేర్లతో బ్యాంకులు రకరకాల అప్పులు అమ్ముకునే రోజులు వచ్చేశాయి.

అప్పుకి దరఖాస్తు చేసి, పక్కరోజే "ఏంటి సార్! ఇంత లేటు?" అని కస్టమర్లు బ్యాంకుల్ని ప్రశ్నిస్తున్న ఘడియలు వచ్చేశాయి.

విమల, తన కొడుకు చికాగ్గా కోపంగా ఉండటం చూసింది.

కొడుకు హౌసింగ్ లోన్ కోటి రూపాయలకి అప్లై చేశాడు. అప్పటికే బిల్డర్ కి అడ్వాన్స్ ఇచ్చాడు. రెండో విడత వాయిదా కట్టాలి. లోను ఇంకా శాంక్షన్ కాలేదు.

"నేను లోన్ కి అప్లై చేస్తే, పది లక్షలు మ్యూచువల్ ఫండ్స్ లో ఇన్వెస్ట్ చేయండి. ఓ కోటి రూపాయల ఇన్సురెన్స్ చేయండి. ఏవైనా డిపాజిట్లు ఉన్నాయా? L size కొత్త లాకర్లు నిన్ననే వచ్చాయి. ఒక లాకర్ తీసుకోండి. అలా మాకు మీరు హెల్ప్ చేస్తే, లోన్ త్వరగా శాంక్షన్ చేయగలం అన్నాడు బ్యాంక్ మేనేజర్. అవన్నీ చేయగలిగితే, నాకు అప్పు తీసుకోవాల్సిన అవసరం ఏముంది? పైగా నా cibil స్కోరులో ఏదో గడబిడ ఉందట," అని చెమటలు తుడుచుకుంటూ అంటున్నాడు విమల కొడుకు.

విమల వింది. కొడుక్కి ఓ సలహా ఇచ్చింది. అతనికి ఆ సలహా నచ్చింది.

విమల కొడుకు లక్ష రూపాయలు మ్యూచువల్ ఫండ్ లో డిపాజిట్ చేశాడు. అంతేకాదు. బ్యాంక్ మేనేజర్ కి ఇన్సురెన్స్ పాలసీ ప్రామిస్ చేశాడు. ఇరవై వేల అద్దె ఉన్న అతి పెద్ద లాకర్ తీసుకున్నాడు. హౌసింగ్ లోన్ ఆ వారం శాంక్షన్ అయింది.

* * * * *

కొడుక్కి చెన్నైలో ఓ పట్టాన హౌసింగ్ లోన్ శాంక్షన్ కాకపోతే కొడుకు ఏం చేయాలో, విమలకి వెలిగింది.

తన మొగుడు టిప్ టాప్ గా ఎందుకు ఉండేవాడో అర్థమయింది. చిన్న మొత్తాలయినా, రికరింగ్ డిపాజిట్లు అడపాదడపా ఎందుకు వేసేవాడో బోధపడింది.

లాండ్ లైన్ ఫోన్ ఎందుకు మెయింటైన్ చేసేవాడో అర్థమయింది.

లాకరు ఎందుకు ఆపరేట్ చేసేవాడో తెలిసింది.

ఆమెకు ఇంగ్లీష్ అక్షరం ముక్క రాదు.

అయినా, ‘placebo effect’ అంటే ఆమెకు ఇప్పుడు అర్థం తెలిసినట్టు మరెవరికీ తెలియదు!

విమల చెన్నైకి వెళ్లకముందు, మొగుడి పేరు మీద ఉన్న లాకరు సరెండర్ చేయటానికి బ్యాంకుకి వెళ్లింది.

లాకరు తాళం మొగుడి క్లినిక్ లో టేబిల్ లో ఉంది.

ఓ మంచి సంచీ తీసుకుని వెళ్లింది లాకర్ లోని నగలు తెచ్చుకోటానికి.

లాకరు తెరిచి చూసింది. నిర్ఘాంతపోయింది. అది ఖాళీ లాకరు!

Placebo!

పచ్చడి! పచ్చడి!

హైద్రాబాద్ లో ప్రీమియం గేటెడ్ కమ్యునిటీ. ఇరవై ఎకరాలలో పదిహేను బ్లాకులు. ఒక్కో బ్లాకు ముప్ఫై అంతస్తుల ఎత్తు.

తెల్లవారుజాము ఐదు. డిజిటల్ అలారం కొట్టింది. నలభై ఏళ్ల పోలీస్ ఇన్స్పెక్టర్ సంపత్ ఉలిక్కిపడి లేచాడు. అలారం ఆఫ్ చేశాడు. పక్కకి చూశాడు. భార్య నిద్రపోతోంది.

సంపత్ కళ్ళు నులుముకుని, ఐదో ఫ్లోర్‌లోని తన బెడ్రూం కిటికీలోంచి చూశాడు.

ఆమె వచ్చే సమయం అయింది. అదిగో! దూరంగా, క్లబ్ హౌస్ వైపున, సెంట్రల్ పార్క్ వారగా ఆమె వడివడిగా వెళ్తూ కనపడింది. ఆమె వయసు నలభై. పేరు కృష్ణవేణి. నడి వయసు అందం ఆమెది. చీర కట్టింది ఇవ్వాళ. చీరని అందంగా కడుతుంది. ఆమె చీర కుచ్చిళ్లు తలకోన జలపాతాన్ని తలపుకు తెస్తాయి.

“వాడెక్కడ?” అనుకుంటూ సంపత్ కళ్లని అటూ ఇటూ తిప్పాడు. ఒకతను ఆమె వెనకే వెళ్తున్నాడు గుట్టుగా.

ఆకాశంలో అర్ధ చంద్రుడు ఫిలిప్స్ బల్బులా వెలుగుతున్నాడు. పిల్లగాలికి చెట్ల కొమ్మలు ఒయ్యారంగా నిశ్శబ్దంగా ఊగుతున్నాయి.

కృష్ణవేణి నడవటం ఆపి, వెనక్కి తిరిగి, తన వెనకే వస్తున్న అతని కేసి చూసి, “నన్ను ఎత్తుకో,” అన్నట్టు తన రెండు చేతులూ గాలిలోకి లేపింది.

అతను వంగుని, ఆమె కాళ్ళు చుట్టూ చేతులు వేసి, ఆమెని వడిసి పట్టుకుని, ఒక్కసారిగా ఎత్తుకున్నాడు.

సంపత్ ఆ సీన్ చూశాడు. అతని రక్తం మరిగింది.

"అయిపోయారు ఇవ్వాళ నా చేతిలో," అనుకుంటూ సంపత్ ప్యాంటు, షర్ట్ వేగంగా తొడిగి, మరో అంగలో ఫ్లాట్ బయటికి వచ్చాడు. రివాల్వర్ కేసు ప్యాంటు బెల్టుకి వేలాడుతోంది. "గన్ ని తీసుకెళ్ళక పోవటమే మంచిది. నాకొచ్చే కోపానికి, కాల్చినా కాల్చేస్తా!" అనుకుని, వెనక్కి వచ్చి, రివాల్వర్ ని హాల్లో షో కేసులో పెట్టాడు.

లిఫ్టు కోసం వెయిట్ చేసేంత టైం లేదు. మెట్లు గబగబా దిగి అక్కడికి వెళ్ళాడు. వాళ్ళిద్దరూ లేరు. దూరంగా పారిపోతూ కనిపించారు. "ఆగండి," అని అరుస్తూ, సంపత్ వాళ్ళ వెంటపడ్డాడు. పదో బ్లాక్ దాకా పరుగెట్టాడు. వాళ్ళ జాడ లేదు.

* * * * *

ఉదయం పది.

సంపత్ స్టేషన్ కి వెళ్ళటానికి రెడీ అవుతున్నాడు. సెక్యూరిటీ గార్డ్ వచ్చి, "సార్! మిమ్మల్ని అసోసియేషన్ ప్రెసిడెంట్ అన్నపూర్ణగారు రమ్మన్నారు," అన్నాడు.

సంపత్ ఫ్లాట్ ఓనర్స్ అసోసియేషన్ ఆఫీసుకి వెళ్ళాడు. మీటింగ్ గదిలో అన్నపూర్ణ, ఆ పక్కనే కుర్చీలో కృష్ణవేణి ఉన్నారు. తాను గౌరవమైన కుటుంబ స్త్రీ అని చెప్పటానికి, కృష్ణవేణి చీర కొంగుని ముసుగులా వేసుకుంది.

అన్నపూర్ణ సంపత్ ని కూర్చోమనలేదు. సంపత్ ఓ కుర్చీ లాక్కుని కూర్చున్నాడు.

"సంపత్ గారు, మీరు పోలీస్ ఇన్స్పెక్టర్. మీ అధికారం మీరు స్టేషన్ లో చూపించండి. ఈ కమ్యూనిటీలో రూల్స్ ఉన్నాయి. వాటిని అతిక్రమించకండి. మీరు కృష్ణవేణి గారి వెంట పడటం క్షమించరాని నేరం. నేను CCTV ఫుటేజ్ చూశాను. మీరు అరుస్తూ ఆమె వెంట పడ్డారు. అందుకు, ఐదు వేలు జరిమానా విధిస్తున్నాను. ఇంకోసారి చేస్తే, మీ పై అధికారులకి చెప్పాల్సి వస్తుంది," అని అన్నపూర్ణ వార్నింగ్ ఇచ్చింది.

"మేడమ్! కృష్ణవేణి ఏం చేసిందో తెలిస్తే మీరు ఆవిడకి జరిమానా వేస్తారు...." సంపత్ చెప్పబోతుంటే, అన్నపూర్ణ అడ్డుకుని, "మిస్టర్ సంపత్, నాకు సమస్తం తెలుసు. మీరు లేనిపోనివి చెప్పి, నన్ను తప్పు దోవ పట్టించకండి," అంది.

సంపత్ గట్టిగా అరిచాడు, "ఇది అన్యాయం. పోలీస్ స్టేషన్లో కూడా ఇంత గుడ్డిగా, ఏకపక్షంగా మేము ఉండం. కృష్ణవేణి రోజు..."

అన్నపూర్ణ అంతకంటే పెద్ద గొంతుతో, "సంపత్! నాకు మీ కట్టుడు కథలు వినే సమయం, ఓపిక లేవు. పెనాల్టీ ఐదు వేలు క్యాషియర్ దగ్గర కట్టి వెళ్ళండి," అంది.

కృష్ణవేణి వంచిన తల ఎత్తకుండా, ముసుగులోంచే అంది, "రివాల్వర్ కూడా నాకేసి గురిపెట్టాడు, మేడమ్!"

"అవునా? ఐతే జరిమానా ఐదు వేలు సరిపోదు," అంది అన్నపూర్ణ.

సంపత్ కి కోపం కట్టలు తెంచుకుంది. "నేనసలు రివాల్వర్ తీసుకెళ్ళలేదు. ఫ్లాట్‌లోనే వదిలేశా. కృష్ణవేణి అబద్ధాలు చెప్తోంది. అప్పుడు కాదు... ఇప్పుడు షూట్ చేస్తా," అంటూ సంపత్ ఒక్కసారిగా లేచి, టేబిల్ మీద ఎడం చేయి పిడికిలితో బలంగా మోది, కుడి చేత్తో రివాల్వర్ తీసి

కృష్ణవేణి వైపు గురిపెట్టాడు. అంతలోనే తేరుకుని, రివాల్వర్ కేసులో పెట్టాడు.

అన్నపూర్ణ మీటింగ్ గదిలోంచి పారిపోతూ, "జరిమానా ఐదు వేలు కాదు. పది వేలు కట్టండి. మీ పై అధికారులతో చెప్పాలి మీ సంగతి," అని అరిచింది గాబరాగా.

కృష్ణవేణి కూడా అక్కడ్నించి పారిపోతూ, మీటింగ్ గది గుమ్మం దగ్గర వెనక్కి తిరిగి, సంపత్ కేసి చూసి, "తిక్క కుదిరిందా?" అన్నట్టు వెక్కిరించి తుర్రుమంది.

జరిమానా ఒక్క రూపాయి కూడా కట్టకూడదని సంపత్ గట్టిగా నిర్ణయం చేశాడు.

* * * * *

అదే రోజు. మధ్యాహ్నం పన్నెండు.

కమ్యూనిటీ పార్కింగ్ ఏరియాలో పోలీస్ వ్యాన్ ని ఎక్కుతూ, సంపత్ మామిడి చెట్ల కేసి చూశాడు. కమ్యూనిటీలో నాలుగు మామిడి చెట్లున్నాయి. ఒక చెట్టే కాయలు కాసింది. కాయలు ఏపుగా పెరిగాయి. సంపత్ రోజు లెక్క చూస్తాడు. మొత్తం పది కాయలు. ఆ రోజు అతనికి కాయల సంఖ్య తగ్గినట్టు కనిపించింది. దగ్గరకి వెళ్ళి లెక్క చూశాడు. మూడు కాయలు లేవు. సంపత్ కి ప్రాణం ఉసూరుమనిపించింది.

అటుగా వెళ్తున్న మరో అరవై ఏళ్ల రెసిడెంట్, సంపత్ దగ్గర ఆగి, "మీ దృష్టికి ఎప్పుడు వస్తుందా అని చూస్తున్నా. నిన్న రాత్రి పది కాయలున్నాయి. ఉదయం మూడు మిస్సింగ్! ఎవరో తెంపుకు పోయారు. మీరు పోలీసు. మీరే పట్టుకోవాలి," అన్నాడు ఇకిలిస్తూ.

వీళ్ళ సంభాషణని అక్కడే ఆగి, మరొకడు వింటున్నాడు. "మూడు కాయలు మిస్సింగా సార్! నేను ఇప్పుడే మూడు కాయలు చూసా! అదే రంగు, అదే సైజు, అదే షేప్! ఈ వెరైటీ కాయలే! ఈ చెట్టువే ఖచ్చితంగా," అన్నాడు.

సంపత్ అతని కేసి చూశాడు. అతను మెకానిక్ యూనిఫారంలో ఉన్నాడు. అతని షర్ట్ పైన "Bajaj Electronics" అని ఉంది.

* * * * *

సంపత్ చకచకా అన్నపూర్ణ ఫ్లాట్ కి వెళ్ళాడు. కాలింగ్ బెల్ నొక్కాడు. అన్నపూర్ణ మొగుడు తలుపు తెరిచాడు. అతని వెనకే హాల్లో, అన్నపూర్ణ నించుని ఉంది.

సంపత్ అధికార స్వరంతో, "అన్నపూర్ణ గారూ, ఫ్రిజ్ లో ఉన్న మూడు మామిడి కాయలు ఇలా ఇవ్వండి. కమ్యూనిటీని కాపాడాల్సిన మీరే మామిడి కాయలు దొంగతనంగా కోసుకుపోతుంటే, ఇంక మేం చేసేదేముంది? ఇందుకు జరిమానా ఎంత కట్టాలో తమరే సెలవివ్వండి,"అన్నాడు.

అన్నపూర్ణ మొహం పాలిపోయింది. మొగుడి కేసి చూసి, "తాజా మామిడికాయలతో పచ్చడి ముక్కలు పెట్టుకుంటే పిచ్చ రుచి అంటూ, దొంగతనంగా కాయలు తెచ్చావ్. ఇప్పుడు చూడు. నీ వల్ల నేను పచ్చడవుతున్నా," అంటూ తన ఫోన్ తీసి కాల్ చేసింది.

"కృష్ణవేణీ, నా మొగుడి మామిడికాయల దొంగతనం నువ్వు వీడియో తీసావు. అది ఎవరికీ షేర్ చేయనని ప్రామిస్ చేశావ్. మన ఇద్దరికీ డీల్ అయింది. మాట తప్పావ్. సరే కానీ, నీ బండారం నేనూ బయట పెడతాలే!" అంది గొంతులో ఉడుకుమోత్తనం ధ్వనిస్తూ.

సంపత్ అన్నపూర్ణతో, "మీ ఆయన మామిడికాయల దొంగతనం కృష్ణవేణి వీడియో వల్ల నాకు తెలియలేదు," అన్నాడు గర్వంగా చూస్తూ.

"మరెలా తెలిసింది?" ప్రశ్నించాడు అన్నపూర్ణ మొగుడు కండ పట్టిన పుల్ల మామిడి కాయలు చేతికందినట్టే అంది నోటికి అందకూడా పోతున్నాయే అనే బాధతో.

"పది నిమిషాల క్రితం మీ ఫ్రిడ్జి రిపేర్ చేసిన మెకానిక్ చెప్పాడు," అన్నాడు సంపత్ మీసం తిప్పుతూ.

అన్నపూర్ణ పచ్చి కాకరకాయ తిన్నట్టు పెట్టింది మొహం.

"అన్నపూర్ణగారూ, ఇవ్వాళ మీటింగ్ లో మీరు కృష్ణవేణిని ఎందుకు వెనకేసుకొచ్చారో ఇప్పుడు తెలిసింది.

"దేవుడి పూజ పేరు చెప్పి, కృష్ణవేణి రోజు మొగుడితో కలిసి, తెల్లవారుజామునే మన కమ్యూనిటీలోని పూలన్నీ కోసుకుపోతోంది. గన్నేరు చెట్టు పూలు ఆవిడకి అందవు. అక్కడ ఆవిడని ఆమె మొగుడు ఎత్తుకుంటాడు. ఆ గన్నేరు పూలని కూడా ఆవిడ ఖాళీ చేస్తోంది. అలా ప్రణయ విహారం చేస్తూ, పూలన్నీ కోసేసి, కమ్యూనిటీని బోడిగుండులా చేస్తున్న వాళ్ళని రెడ్ హేండడ్ గా పట్టాలని వారంగా ట్రై చేస్తున్నా! ఇవ్వాల్టితో ఆ బెడద తీరింది. మీ ఇద్దరి నాటకం మన కమ్యూనిటీలో అందరికీ చెప్తా! అసలు మన కమ్యూనిటీలో అన్ని రకాల పూలు రోజు పూస్తాయనీ, మామిడి కాయలు కాస్తాయానీ మీ ఇద్దరి వల్ల చాలా మందికి తెలీదు," అని హిట్లర్ లా నించున్నాడు సంపత్.

"పోలీస్ ఆఫీసర్ గా బిజీగా ఉన్నా, ఈ విషయం మీరు ట్రాక్ చేయటం నాకు చాలా ఆనందంగా ఉంది. యు ఆర్ గ్రేట్," అన్నాడు అన్నపూర్ణ

మొగుడు కొంతవరకూ సంపత్ ని మంచి చేసుకోవటం అవసరం అని తలపోస్తూ.

"కమ్యూనిటీకి పూలు, కాయలే కదండీ అందం. పూచిన పూలు, కాయలు చెట్లకే ఉంచాలి. అందుకే కదా అసోసియేషన్ కూడా, "దయచేసి పూలు కోయరాదు" అని బోర్డులు పెట్టింది," అన్నాడు సంపత్.

"ఓ పోలీస్ ఆఫీసర్ ఇంత సున్నిత మనస్కుడవడం మొదటిసారి చూస్తున్నా. లోపలికి రండి సార్. ఇలా కూర్చోండి," అన్నాడు అన్నపూర్ణ మొగుడు సంపత్ స్వరం మెత్తబడటం చూసి.

అన్నపూర్ణ మొగుడు హాల్లో ఏ.సి ఆన్ చేశాడు.

సంపత్ చల్లబడ్డాడు. పూరీ పొంగులా మెల్లిగా తగ్గాడు. నెమ్మదించాడు. "స్టేషన్ కి వెళ్ళాలి. మరోసారి వస్తా, ఉంటా!" అన్నాడు.

"మరి ఆ మూడు మామిడి కాయలు? ఇంకెప్పుడూ ఇలా జరగదు లెండి. నాదీ గ్యారంటీ. ఈ విషయం మరెవరికీ చెప్పకండి. అయిందేదో అయింది. ఈసారికి వాటితో పచ్చడి ముక్కలు పెట్టేస్తా. ఏమంటారు?" అన్నాడు అన్నపూర్ణ మొగుడు ఎక్కడో ఆశ చావక.

అన్నపూర్ణ టెన్షన్ గా చూస్తోంది. ఆమె సంపత్ రివాల్వర్ కేసే చూస్తోంది. మరో పక్క పచ్చడి ముక్కల మీద మమకారం వల్ల మొగుడికి ఒనగూరిన మాటల చాతుర్యం చూసి ఆమెకి ముచ్చటగా కూడా ఉంది.

"చీటికీ మాటికీ పచ్చడి ముక్కలంటున్నారు. అంత బావుంటుందా రుచి?" అన్నాడు సంపత్ వ్యవహారాన్ని ఓ కొలిక్కి తీసుకురావటానికి.

"మీ మీద ఒట్టు. నేను పెట్టిన పచ్చడి ముక్కలు రుచి చూస్తే, మిగతా ఏడు కాయలు మీరే కోసుకు వస్తారు. అహ! మాట వరసకి అంటున్నా!

మీరు అలా నిజంగా చేయాలని నా ఉద్దేశ్యం కాదు. పచ్చడి ముక్కలు పెట్టి, మీకో సీసాలో పంపిస్తా," అంటూ అన్నపూర్ణ మొగుడు అదే అదనని, కిచెన్ లోకి వెళ్ళి ఒక స్టీల్ కప్పు తీసుకొచ్చి, సంపత్ చేతిలో పెట్టి, "ఈలోగా ఈ టమాటా పచ్చడి రుచి చూడండి. స్వయంగా నేనే పెట్టా," అని స్నేహపూర్వకంగా మందహాసం చేశాడు.

సంపత్ కాదనలేకపోయాడు. టమాటా పచ్చడి ఘుమఘుమ వాసన వస్తోంది. పచ్చడి తీసుకున్నాడు. పచ్చడి పిచ్చి లేని తెలుగువాడు ఉంటాడా? ఆ పిచ్చిలో చిన్న నేరాలు, చితుకు సాక్ష్యాలూ పచ్చడి! పచ్చడి!

37

ఆనవాలు

అది విశాలమైన ప్రాంగణం.

నగరంలో మారు మూల సందుల్లో ఉంది. ప్రాంగణం చుట్టూ తెల్ల సున్నం వేసిన ఎత్తైన కాంపౌండ్ గోడ.

లోపల వేప, రావి, బ్రహ్మమల్లిక చెట్లు ఎదిగి ఉన్నాయి. కాంపౌండ్ వాల్ సింహద్వారం దగ్గర్నుంచి ప్రాంగణం మధ్యలో ఉన్న డాబా దాకా నల్లటి సన్న తారు రోడ్డు ఉంది.

వేప తదితర వృక్షాల మీద నుంచి వీచిన గాలి బిల్డింగ్ చుట్టూ రయ్యమని వీస్తోంది.

డాబా ద్వారాలు బిడాయించి ఉన్నాయి. కిటికీ తలుపులు మూసి ఉన్నాయి. ఎక్కడా చీమ దూరేటంత సందు కూడా లేదు. గాలి సుడులు తిరుగుతోంది. ద్వారాలు, కిటికీ తలుపుల్ని గాలి వేగంగా వచ్చి ఢీ కొడుతోంది లోపలికి దూసుకెళ్లాలని.

డాబా లోపల విశాలమైన హాలు, రెండు విశ్రాంతి గదులు, రెస్ట్ రూమ్స్ ఉన్నాయి.

లోపల నిశ్శబ్దంగా ఉంది.

అక్కడున్న పది మంది దీక్షగా, మౌనంగా ఉన్నారు. తదేకమైన పరిశీలన, ఏకాగ్రత, తపన వాళ్ళ మొహాల్లో ప్రస్ఫుటంగా కనపడుతోంది.

ఏసీలు చడి లేకుండా చల్లగా మలయమారుతంలా వీస్తున్నాయి.

బంగారు రంగు డోమ్ లైట్లు అక్కడున్న హుందాతనానికి, గంభీరతకి తోడై అందంగా వెలుగుతున్నాయి.

నేల ముత్యంలా మెరుస్తోంది.

హాలు బయట చెట్ల మీద పక్షులు చేసే కిలకిలారావాలు హోరెత్తినా, ఆ ధ్వని హాలు లోపలికి చొచ్చుకు రావట్లేదు.

ఒకవేళ వచ్చినా అక్కడున్న వారి శ్రవణేంద్రియాల్ని ఛేదించి, వారి ఏకాగ్రతకి భంగం కలిగించే అవకాశం లేదు. వాళ్ళ సెల్ ఫోన్లు సైలెంట్ మోడ్ లో ఉన్నాయి.

తరుణ్ ఆ రోజు హాలు లోపలికి లేటుగా వచ్చాడు. భార్య శరణ్యతో, ఆరేళ్ల కూతురు మేఘనతో గుడి దగ్గర కాసేపు టైమ్ వెచ్చించి వచ్చేసరికి లేట్ అయింది.

* * * * *

గుడిలో ధ్యానమందిరంలో డెబ్బై ఐదేళ్ల స్వామీజీ కళ్ళు తెరిచి చిన్నగా దగ్గారు. చల్లని పాలరాతి నేలపై కూర్చుని ఉన్న భక్తులు కూడా కళ్ళు తెరిచారు.

శరణ్య కళ్ళు తెరిచి కూతురుతో, "డాడీ ఏడీ?" అని మెల్లిగా అంది. ఆ ప్రశ్న స్వామీజీ చెవిన పడింది.

అందరూ గుడి నుంచి వెళ్లిపోతున్నారు.

స్వామీజీ శరణ్యతో, "తరుణ్ మారతాడు, బాధపడకమ్మా," అన్నాడు.

"నాకేం వర్రీ లేదు స్వామీ! వీకెండ్స్ ఆ మాత్రం రిలీఫ్ తనకీ అవసరమే. పార్టీలు స్ట్రెస్ బస్టర్స్ లా పని చేస్తాయి. నేను కిట్టీ పార్టీలకి వెళ్లట్లే!" అంది శరణ్య అక్కడ్నించి వెళ్తూ.

స్వామీజీ సాత్వికంగా తలూపాడు తన తెల్లని మెత్తని గెడ్డం నిమురుకుంటూ. తనలో తను నవ్వుకున్నాడు. రోజులెంత మారాయి అని స్వామీజీ ఈర్ష్య పడ్డాడు.

ఇలా విశాల దృక్పథ భావాలున్న మనుషులే ఆ రోజుల్లో లేరే! అని బాధపడ్డాడు.

ఒకవేళ ఎవరైనా అలా విశాలంగా ఆలోచించినా, ఇంట్లో పెద్దలు, ఊరి పెద్దలు దండించేవారు. 'ఆ పెద్దలు ఇప్పుడు ఎక్కడికి మాయమయ్యారో?' అని స్వామీజీ వాపోయాడు.

ఇప్పుడంటే స్వామీజీ ఈ ధ్యానమందిరం నడుపుతున్నాడు. వయసులో ఉన్నప్పుడు అతను చూడని మందిరం లేదు.

శయన మందిరాల నుంచి జూద మందిరాల దాకా అన్నీ చూశాడు. వయసులో ఉన్నప్పుడు ఎప్పుడూ మందు మత్తులో ఉండేవాడు.

స్వామీజీ ఉరఫ్ జగన్నాధం జల్సాగా దొరలా బతికేవాడు. ఆస్తి ఉన్నవాడే.

జగన్నాధం, అతని ఫ్రెండ్స్ కలిసి రెండు ఎకరాలు దానం ఇచ్చి, తమకి కావల్సిన వసతులతో క్లబ్ కట్టించారు. క్లబ్ లో మెయిన్ హాల్లో గోడలకి దాతల ఫోటోలు బిగించారు.

క్లబ్ లో పేకాట ఆడుతుంటే సమయం తెలిసేది కాదు వాళ్ళకి. అంకిత భావం అంతలా ఉంటే ఆస్తులు కరుగుతాయి కదా మరి. అప్పులు చేశాడు పేకాటకి.

అతని పోకడలకి ఊరి పెద్దలు, బంధువులు దండించారు. నియమ నిబంధనలు పెట్టారు.

జగన్నాథం పిల్లలు పెద్దవాళ్లయ్యారు. పిల్లలు పెరుగుతుంటే ఖర్చులు పెరిగాయి.

ఆర్థిక, సాంఘిక వత్తిడులు తట్టుకోలేక, జగన్నాథం 'ఏక్ నిరంజన్' అంటూ జెండా ఎత్తేసి కాశీ చేరాడు.

తన ఆచూకీ దొరక్కుండా గుట్టుగా బతికాడు.

శేష జీవితం భగవద్గీత చదువుకుంటూ కాలక్షేపం చేశాడు.

నాలుగు దశాబ్దాల తర్వాత అతని ఆరోగ్యం సన్నగిల్లింది.

కాశీకి వచ్చిన విశాఖపట్న వాసులతో మాట కలిపాడు.

"యువతరం బరితెగించి పోతోంది. వాళ్ళకి దిశానిర్దేశం చేసే ఒక గురువు అవసరం" అంటూ అతనిలోని స్వామీజీని గుర్తించి, అతనికి ఎర్ర తివాచీ పరిచి, తమ గేటెడ్ కమ్యూనిటీలోని గుడిలో ధ్యాన మందిరం నడిపే బాధ్యత స్వామీజీకి అప్పగించారు. స్వామీజీ విశాఖకి మకాం మార్చాడు. తన సొంత ఊరు తిరిగి చేరాడు. విశాఖ గేటెడ్ కమ్యూనిటీలో అందరూ స్వామీజీకి నీరాజనాలు అర్పించారు. హారతులు పట్టారు. కమ్యూనిటీలో అందరికీ అతను ఒక పెద్ద దిక్కు!

గుబురు మీసాలు, తెల్ల గెడ్డం, పొడుగు జుత్తు ముడి వేసి స్వామీజీ మూర్తీభవించిన జ్ఞానిలా ఉన్నాడు.

జగన్నాథం పిల్లలు అప్పటికి నడివయస్కులయి దేశ విదేశాల్లో ఎక్కడెక్కడో సెటిల్ అయ్యారు.

స్వామీజీని గుర్తు పట్టి అతని గతం తవ్వే వాళ్ళు ఎవ్వరూ అక్కడ లేరు.

అయినా స్వామీజీకి ఒక్కటే ఒక్క దిగులు! ఒక్కటే ఒక్క గుబులు!

* * * * *

తరుణ్ "షో" అన్నాడు పేకముక్కలు టేబిల్ పై పరుస్తూ.

రెండు రోజులుగా నాన్ స్టాప్ గా పేకాట ఆడుతున్నారు ఫ్రెండ్స్. అదే చివరి ఆట.

అందరూ లేచారు. ఒళ్ళు విరుచుకున్నారు. ఏసీలు ఆఫ్ చేశారు. లైట్లు ఆఫ్ చేశారు. హాలు తలుపులు తెరిచారు. చల్లని తాజా గాలి ఉవ్వెత్తున లోపలికి తోసుకొచ్చింది.

తరుణ్ శరణ్యకి కాల్ చేశాడు.

శరణ్య రిప్లై చేసింది. "హాయ్ హబ్బీ! అయిందా ఈ వారానికి? నేను కూడా టైర్ అయిపోయా. కిట్టీ పార్టీ ఇప్పుడే అయింది. మేఘన నాతోనే ఉంది. రాత్రి సుష్మ ఇంట్లో పడుకున్నా. ఇంటికొస్తున్నా. గంటలో ఉంటా!"

"నేనూ అరగంటలో ఇంట్లో ఉంటా!" తరుణ్ అన్నాడు.

తరుణ్ ఫ్రెండ్స్ కి బై చెప్పాడు.

వెళ్లబోతూ, ఫ్రెండ్స్ తో అన్నాడు, "హే! మన క్లబ్ గోల్డెన్ జూబ్లీ సెలెబ్రేషన్స్ కి ఫౌండర్స్ ని ఆహ్వానిద్దామనుకున్నాం. ముగ్గురి ఆచూకీ దొరికింది. అందులో ఇద్దరు చనిపోయారు. ఒకాయన ట్రై చేస్తా అన్నాడు. ఆ నాలుగో ఆయన ఎక్కడుంటాడో తెలియట్లే. తమాషాకి అంటున్నా. నో అఫెన్స్ ప్లీజ్. మన గుళ్ళో స్వామీజీకి గెడ్డం, మీసం తీసేస్తే, అచ్చు ఆ నాలుగో ఫోటో ఆయనలా ఉంటాడు కదా! స్వామీజీకి memento ఇచ్చేద్దామా!" అని నవ్వేశాడు.

అందరూ ఆ క్లబ్ లో గోడకి వెళ్లాడుతున్న నాలుగు ఫోటోల కేసి చూశారు.

గట్టిగా నవ్వారు తరుణ్ జోక్ కి.

స్వామీజీ గుబులు అదే. దిగులు అదే.

ఏళ్ల కితం తాను దానమిచ్చిన భూమి మీద కట్టిన క్లబ్ బిల్డింగ్ లో గోడపై బిగించిన 'బిల్డింగ్ దాతల' ఫోటోల్లోని తన ఫోటో ఇంకా అక్కడే ఉంది.

ఎవరి కంట్లోనో పడి, తనని గుర్తు పడితే?

తన గతం తెలిసి, తనకి ఈ వయసులో గుడిలో నీడ పోతే?

దిగులుగా మరోసారి ధ్యానంలోకి వెళ్ళటానికి ప్రయత్నం చేశాడు స్వామీజీ.

ఆ రోజు సాయంత్రం, ప్రవచనంలో ఇలా చెప్పాడు: "ఎన్ని జ్ఞాపకాలు కాలగర్భంలో కలిసినా, ఏదో ఒక ఆనవాలు తన దగ్గర ఉంచుకోవటం ప్రకృతి లక్షణం"

ఉల్లిదోశ

గుర్నాథం రిటైరయ్యి, ఏడాది అయింది. కాకినాడలో సెటిల్ అయ్యాడు. ఆరవ ఫ్లోర్లో డబల్ బెడ్రూం ఫ్లాట్ . అతను, అతని భార్య అన్నపూర్ణ మాత్రమే అందులో నివాసం.

వాళ్ళ పిల్లలిద్దరూ సప్త సముద్రాలు దాటి, భూగోళానికి రెండో వైపున్న ఉత్తర అమెరికా ఖండంలో స్థిరపడ్డారు. పిల్లలకింకా లింగులిటుకూ లేకపోవటంతో, గుర్నాథం, అన్నపూర్ణలకి భారత్-అమెరికా-భారత్ మధ్య సీజన్ టికెట్లు తీసుకుని షటిల్ కొట్టే అవసరం ఇంకా రాలేదు.

గుర్నాథానికి తన దినకృత్యంలో, Netflix లాంటి చానెల్ లో రోజూ రాత్రి సినిమా చూడటం ఇష్టం. చూస్తూ, స్నాక్స్ తింటూ, హాల్లో అలుముకున్న సగం చీకటి, సగం వెలుతురులో టీవీ స్క్రీన్ మీద సినిమా sub-titles చదువుతూ, కనుపాపల్ని సినిమాలోని దృశ్యం మీద, మరో పక్క స్నాక్స్ మీద కూడా నిలుపుతూ, ఆ జుగల్ బందీలో సోఫా మీద జంతికలు, చిప్స్ జార విడుస్తూ, అలా సినిమా చూస్తూనే దొరికినంతవరకూ వాటిని జాగ్రత్తగా ఏరి, సశేషం లేకుండా చివరి జంతిక పిసరుని కూడా పంటి కింద వేసి వధించటం అలవాటై పోయింది.

అన్నపూర్ణ అందుకు బొత్తిగా విరుద్ధం. బెడ్రూంలో ఓ చిన్న టీవీ ఏర్పాటు చేసుకుంది. పాత క్లాస్సిక్స్ చూస్తుంది. స్నాక్స్ జోలికి వెళ్ళదు. శుభ్రం మరియు ఆరోగ్యమే మహాభాగ్యం టైప్!

అన్నపూర్ణ ఒద్దికే గుర్నాథానికి ఇరకాటం!

గుర్నాథానికి పకోడీలంటే పిచ్చి. నూనెలతో వంటలంటే అన్నపూర్ణ అమ్మో అంటుంది.

గుర్నాథం, 'బాలాజి స్నాక్స్' నుంచి పకోడీ, జంతికలు, మురుకులు, బొరుగుల బెల్లం ఉండలు, పల్లీ చిక్కి, నువ్వులుండలు ఇలా తలో రకం కొని, దొంగ రవాణా చేసుకుని డబ్బాలు నింపుతాడు. ఆ డబ్బాలు అన్నపూర్ణ కంటపడకుండా సాధ్యమైనన్ని జాగ్రత్తలు తీసుకున్నా, 'పోలీసుల నిఘా-గంజాయి పట్టివేత' ఉపాఖ్యానంలా, అవి అన్నపూర్ణ కంట పడటం, ఆమె తన ఆత్మ సంతృప్తి పడే దాకా అతనికి క్లాస్ పీకడం తరచూ జరిగే పూర్ణోపదేశ ఘట్టం!

ఉదయం తొమ్మిది. గుర్నాథం రోజూలాగే తీరుబడిగా, హాయిగా లేచాడు. అలవాటుగా, ముందు సోఫా దగ్గరకి వెళ్ళి, పగలు వెలుతురులో సోఫా మూలలు వెతికాడు. జంతిక ముక్కలు కంట పడ్డాయి. నయమే, పూర్ణ చూసి ఉంటే, పొద్దున్నే క్లాస్ పీకుతుంది అనుకుని, అవి తీసుకెళ్లి చెత్తబుట్టలో పడేశాడు.

పూర్ణ కోసం చూశాడు. కనపడలేదు. స్నానం చేస్తున్న శబ్దాలు వాష్ రూం లోంచి వస్తున్నాయి.

బ్రష్ చేసుకొచ్చి, కాఫీ చేసుకున్నాడు. కాఫీ కప్పు తీసుకుని, ఫ్లాట్ మెయిన్ డోర్ తెరిచాడు పేపర్ కోసం. గుమ్మం బయట 'ఈనాడు' పేపర్ లేదు. ఫ్లాట్లో వెతికాడు. పేపర్ కనపడలేదు.

బాల్కనీలోకి వెళ్ళాడు. గాలి చల్లగా, మృదువుగా వీస్తోంది. ఆకాశం 'నన్ను హత్తుకో' అనేలా ఉంది. గుబురైన నల్లని మేఘాలు తెల్లని అంచులతో మెరుస్తున్నాయి. పావురాలు గుంపులుగా పందాలు వేసుకుని ఎగురుతున్నాయి.

కాఫీ ఆస్వాదిస్తూ, గుర్నాథం దూరంగా చూశాడు.

కూరల బండి, విస్త్రీ బండి! ఆటో స్టాండు. అక్కడ టర్నింగ్ తీసుకుని, పక్క సందులోకి వెళ్తే, అయ్యర్ టిఫిన్ సెంటర్.

ఉల్లి దోశ గుర్తుకువచ్చింది. అయ్యర్ హోటల్ స్పెషల్ ఉల్లి దోశ!!

ఉల్లి దోశ రంగు, వాసన, రుచి, ఆకారం, అనుబంధంగా వచ్చే చట్నీల సువాసనలు గుర్తుకువచ్చాయి. మెత్తని పరుపు మీద తెల్లని మల్లెలు జల్లినట్టు, పరిచిన మినపపిండి మీద వత్తుగా ఉల్లి ముక్కలు అయ్యర్ వంటవాడు నేర్పుగా పరిచే దృశ్యం గుర్తుకొచ్చింది.

లేత అరిటాకుల మీద వేడి ఉల్లిదోశలు సర్వర్లు పరిచి, ఆవురావురమని చూస్తున్న కస్టమర్లకి అందిస్తున్న ఘుమ ఘుమల వాతావరణం జ్ఞప్తికి వచ్చింది.

ఆ ఊహని మస్తిష్కంలో పదే పదే ఊహిస్తూ, గుర్నాథం స్నానపానాదులు ముగించాడు.

ఉల్లిదోశ తినాలని నిశ్చయం చేశాడు.

అలా అనుకోగానే ఇలా తినేయటం, రిటైరయ్యాక కుదరదు.

ఉద్యోగం చేసే రోజుల్లో, అలా తినాలని అనిపిస్తే, ఇంటినుంచి తెచ్చుకున్న లంచ్ బాక్స్ ఏ ప్యూన్ కో ఇచ్చేసి, తను హోటల్ కి చెక్కేసేవాడు.

సాయంత్రం ఇంటికి రాగానే, పూర్ణతో, 'ఇవ్వాళ లంచ్ అదుర్స్' అనేవాడు. పూర్ణకి ఆ మాట చాలు. పూలకుండీలో గులాబీలా నవ్వేది.

గుర్నాథం కిచెన్ లోకి వెళ్ళి చూశాడు.

47

స్నానానికి వెళ్ళక ముందు, పూర్ణ ఆ రోజు వంటలో చేయబోయే పదార్థాలకి ముడిసరుకులు సిద్ధం చేసుకుంటుంది.

ఒక కప్పులో గుప్పెడు పెసరపప్పు, మరో కప్పులో బెల్లం ముక్కలు, ఇంకో ప్లేటులో పండిపోయిన దొండ పండు ముక్కలు! అంటే, చప్పగా పెసరపప్పు, బెల్లం చారు, ఉడికించి పోపు కలిపిన దొండ పండు కూర ఆ రోజు మెనూ! రామా! అనుకున్నాడు. అమోఘుంగా వండే అన్నపూర్ణకి, క్రమేపీ వంట మీద ధ్యాస పోయింది. మెనూని మరీ టక్కపల్చగా చేసేసి, రోజు రోజుకీ అన్నపూర్ణ సన్నపూర్ణలా తయారవుతోంది అని కలత చెందాడు.

ఇప్పుడు, చివరి నిమిషంలో, ఉల్లి దోశ కోరిక చెప్తే, "నిన్న రాత్రె చెప్పి ఉంటే, నాకు దొండపండ్లు కోసుకునే పని తప్పేది కదా! ఇప్పుడు ఇవి ఎవరు తింటారు మీ తాత?" అని దీర్ఘాలు తీస్తుంది.

స్పెషల్ ఉల్లి దోశ, చట్నీ, సాంబార్ భుజిస్తే, మరి ఇక భోజనం చేయలేడు గుర్నాథం.

సరే! అబద్ధం చెప్పటం ఒక్కటే ఉపాయం ఇప్పుడిక!

ఉల్లి దోశ లాగించేసి, చడీ చప్పుడు లేకుండా ఇంటికొచ్చి, చాలా ఆకలితో ఉన్నట్టు మొహం పెట్టి, ఈ మహా పిండి వంటల్ని తిన్నట్టు నటించేస్తే పోలే! అనుకున్నాడు.

పూర్ణ హాల్లోకి వచ్చింది. వస్తూనే, దేవుడి మందిరం దగ్గర కూర్చుంది. ఇప్పుడు ఒక పొట్టి పూజ చేస్తుంది మధ్యంతర ఎన్నికల స్థాయిలో. వంట తర్వాత పూర్తి స్థాయి పూజ చేస్తుంది రోజు.

అయితే, ఇప్పుడు బయటికి వెళ్ళటానికి ఏదో ఒక సమంజసంగా ఉన్న చిన్న సందర్భం కావాలి. ఏం చెప్పాలి అనుకుంటూ, "పూర్ణా! 'ఈనాడు' పేపర్ ఎక్కడ పెట్టావ్" అని అడిగాడు.

చదువుతున్న మంత్రం ఆపి, "పేపర్ వాడు పేపర్ వేయలేదు" అని మళ్ళీ పూర్ణ మంత్రం అందుకుంది.

అబ్బా! ఏం అదృష్టం! పేపర్ వాడికి థాంక్స్! అనుకుని, "అలా వెళ్ళి పేపర్ తెచ్చుకుంటా! ఇట్టే వచ్చేస్తా" అని బయటపడ్డాడు.

గుర్నాథం అయ్యర్ హోటల్ చేరాడు.

ఫుట్ పాత్ ని ఆనుకుని ఉన్న కొన్ని మెట్లు ఎక్కి హోటల్ లోపలకి వెళ్ళక ముందు, అక్కడ ఉన్న కిళ్ళీ షాపు దగ్గర ఆగాడు. జనంతో రద్దీగా ఉంది. 'ఈనాడు' పేపర్ కొన్నాడు. హెడ్ లైన్స్ చూసుకుంటూ, హోటల్ లోపలికి వెళ్ళాడు.

ఇడ్లీ, గారె, దోశ, ఉప్మా, పూరీల ఘుమఘుమలు ఆవిరుల రూపంలో గాలిలో తేలుతూ అలరిస్తున్నాయి. క్యాష్ కౌంటరు మీద, కరివేపాకు పొడి, కందిపొడి, ఆవకాయ సీసాలు వరసగా పేర్చి ఉన్నాయి. అవి మూతలు తీసినప్పుడల్లా కమ్మని ఘాటు నాసికలను చేరుతోంది. జనం పోటీపడి కొంటున్నారు.

గుర్నాథం మంచి సీటుకోసం వెతికాడు. దొరికింది. వెళ్ళి కూర్చున్నాడు. బాగా జనం ఉన్నారు.

సర్వర్ వచ్చి, "సార్!" అన్నాడు. "స్పెషల్ ఉల్లి దోశ! ఒక కాఫీ" అన్నాడు గుర్నాథం.

'ఈనాడు' తిరగేస్తుంటే, కొద్ది సేపటికి, స్పెషల్ ఉల్లి దోశ గుర్నాథం ముందుకి వచ్చింది. సీట్లో తృప్తిగా కదిలాడు. ఆయత్తమయ్యాడు దోశెని అంఫట్ చేయటానికి.

గుర్నాథానికి అప్పుడు దోశ మీద ఉన్న ధ్యాసలో ఎన్నో వంతు ఏ మహర్షికైనా తపస్సు చేస్తున్నప్పుడు ఉండి ఉంటుంది? అని ఓ లెక్క వేస్తే, గుర్నాథం మాత్రమే గెలవటం ఖాయం.

స్పెషల్ ఉల్లి దోశ, రెండు రకాల చట్నీలు, సాంబారు సేవించి బ్రేవ్ మన్నాడు. కాఫీ అనుభవించాడు.

సర్వరు బిల్లు ఇచ్చాడు.

క్యాష్ కౌంటర్ దగ్గరకి వెళ్ళాడు. అక్కడ అనేక చేతులు, క్యాషియర్ దృష్టిని ఆకర్షించటానికి సిద్దపడుతున్నాయి. తను రెండువందల నోటు ఇచ్చాడు. బిల్లు పే చేశాడు.

హోటల్ బయట ఫుట్ పాత్ మీద తిమ్మరాజు కనిపించాడు. తిమ్మరాజు తన పాత కొలీగ్. అతను కూడా రిటైర్ అయ్యాడు. తిమ్మరాజు దమ్ము కొడుతున్నాడు.

అబ్బ! ఇలాంటప్పుడు హస్క్ కొట్టుకోడానికి స్నేహితుడు దొరికితే భలే ఉంటుంది.

పైగా, గుర్నాథానికి కూడా ఓ దమ్ము కొట్టాలి అనిపించింది.

తిమ్మరాజు అక్కడ్నించి కదులుతున్నాడు. గుర్నాథం చప్పట్లు కొట్టాడు. తిమ్మరాజు వెనక్కి తిరిగి, గుర్నాథం కేసి చూశాడు. ఇద్దరి మొహాలు ఆనందంతో అయ్యర్ హోటల్ ఊతప్పంలా ఉబ్బి పోయాయి.

తిమ్మరాజుతో ఓ అరగంట ముచ్చట్లు పెట్టి, ఉల్లి దోశెని, తిమ్మరాజు కబుర్లనీ నెమరువేసుకుంటూ, మరో అర గంటకి ఫ్లాటు చేరాడు గుర్నాథం.

తలుపు తీసుకుని లోపలికి వెళ్ళాడు. ఎదురుగా పూర్ణని చూశాడు. అతనిలోని నటశేఖరుడు నిద్ర లేచాడు. మొహం నీరసంగా పెట్టాడు.

చేతిలో 'ఈనాడు' పేపర్ని టీపాయి మీద పెట్టాడు.

కాళ్ళు, చేతులూ కడుక్కుని, డైనింగ్ టేబిల్ వద్ద ఉసూరుమంటూ కూర్చుని, "ఆకలి దంచి కొడుతోంది. వడ్డించు" అన్నాడు.

అన్నపూర్ణ టేబిల్ దగ్గరకి వచ్చింది. అతని చేతిలో రెండు వస్తువులు పెట్టింది. ఒకటి ఈనాడు పేపర్! గుర్నాథం వెంటనే టీపాయి కేసి చూశాడు. తను కొన్న 'ఈనాడు' పేపర్ అక్కడే ఉంది.

పూర్ణ అతని అరచేతిలో ఉంచిన రెండోది....?! యాభై రూపాయల నోటు!

"ఇదేమిటి? ఈ యాభై నోటు?" అన్నాడు.

పూర్ణ ఆ ప్రశ్నకి జవాబు ఇవ్వకుండా,

"స్పెషల్ ఉల్లి దోశ తిని వచ్చిన వెంటనే, అంత ఆకలేస్తోందా? అంత నటించక్కర్లే! నేను చేసిన వంట కూడా ఇప్పుడు నువ్వు తినేసి, మహారాజు లాంటి ఉల్లి దోశకి నేను చేసిన దొండ కూర బొజ్జలో కలిసి తేడా చేస్తే, నీకు సేవలు చేయలేను! లే! నటన చాలు!" అంది పూర్ణ.

ఉల్లి దోశ తిన్నట్టు ఎలా తెలిసిందబ్బా? అని ఆలోచించాడు. అర్థం కాక, పూర్ణని బ్రతిమాలాడు.

పూర్ణ, "నువ్వు నాతో మాట్లాడకు. నీవల్ల నాకు అన్నీ డబల్ డబల్ పనులు! తిను! ఆ దోశలే తిను. ఆ ఉల్లి దోశలే తిని, ఒళ్ళు పెంచు. మళ్ళీ ఆ నొప్పి, ఈ నొప్పి అంటూ నా దగ్గరకి రా, చెప్తా!" అంది.

* * * * *

సాయంత్రం వాకింగ్ లో ఒక నలభై ఏళ్ల అతను తారసపడ్డాడు గుర్నాథానికి. అతను విష్ చేశాడు. గుర్నాథం తెల్లమొహం పెట్టాడు.

"సార్! మీరు నన్ను గుర్తు పట్టలేదు" అన్నాడతను.

"అవునండీ! ఎక్కడో చూసినట్టుంది. గుర్తుకు రావట్లే!" గుర్నాథం అన్నాడు.

"నా పేరు చలపతి. మీ ఎదురు ఫ్లాట్ సత్యంగారి బావమరిదిని." అన్నాడు అతను నవ్వుతూ! ఈ చలపతి ఏ ఏడాదికో ఒకసారి వస్తుంటాడు హైదరాబాదు నుంచి.

"ఆ! ఆ! అదే! ఇప్పుడు గుర్తుకు వచ్చింది. బావున్నారా?" అన్నాడు గుర్నాథం.

"ఉదయం ఆంటీని కలిశాను. చాలా సంతోషం అయింది నాకు," అన్నాడు చలపతి.

అప్పుడు మొత్తం కథ అర్థమయింది గుర్నాథానికి.

చలపతి నిన్న రాత్రి కాకినాడ వచ్చాడు.

ఈ రోజు ఉదయం ఎనిమిదిన్నర గంటలకి, చలపతి తన బావ ఫ్లాట్ తలుపు తెరిచాడు. గుమ్మం బయట ఉన్న 'ఈనాడు' పేపర్ చేతిలోకి తీసుకుని వాకింగ్ వెళ్ళాడు.

ఆ పేపర్ నిజానికి గుర్నాథం ఫ్లాట్ గుమ్మం ముందు ఉండాలి. పేపర్ బాయ్ దూరం నుంచి విసిరిన విసురుకి, అది ఎదురు గుమ్మం ముందు వాలింది.

గ్రౌండ్ ఫ్లోర్లో బెంచీ మీద ఎండ పాటున కూర్చుని, కాళ్ళూచుకుంటూ, చలపతి 'ఈనాడు' పేపర్ ఓ గంట చదివాడు.

అక్కడ్నించి, అయ్యర్ హోటల్ కి వెళ్ళాడు. లోపల కూర్చున్నాడు.

కిళ్ళీ అంగడిలో 'ఈనాడు' పేపర్ కొంటున్న గుర్నాథాన్ని చూశాడు. 'అంకుల్ ఏ రోజు పేపర్ ఆ రోజే కొంటాడన్న మాట' అనుకున్నాడు.

గుర్నాథం హోటల్ లోపలికి వచ్చి ముందు వరస కుర్చీలో కూర్చున్నాడు. గుర్నాథం వీపు చలపతికి కనపడుతోంది. టిఫిన్ చేసి పలకరిద్దాం అనుకున్నాడు చలపతి.

గుర్నాథం ఉల్లి దోశె ఆర్డర్ చేయటం విని, తను కూడా tempt అయి, చలపతి, "స్పెషల్ ఉల్లి దోశ" అని ఆర్డర్ చేశాడు.

టిఫిన్ చేసి, గుర్నాథం ఎవరినో చప్పట్లు కొట్టి, ఆపి, అటువైపు వెళ్ళటం చూశాడు.

చలపతి కూడా కౌంటర్ దగ్గరకి ఆ వెనకే వచ్చాడు. క్యాషియర్ ఓ యాభై నోటు పట్టుకుని, గుర్నాథం వెళ్ళిన వైపు చూస్తూ, "మాష్టారూ! చిల్లర తీసుకోండి?" అన్నాడు. గుర్నాథం అప్పటికే వెళ్ళిపోయాడు.

చలపతి, క్యాషియర్ తో, "యాభై నోటు నాకు ఇవ్వండి. నేను ఆయనకి చేరుస్తా! ఆ అంకుల్ మా ఫ్లాట్ అపోజిట్ లో ఉంటారు." అని యాభై తీసుకున్నాడు. కరివేపాకు పొడి కొనుక్కుని, బయటకి వచ్చాడు. గుర్నాథం అంకుల్, మరో అంకుల్ తో రోడ్డు దాటి వెళ్ళిపోతూ చూశాడు.

చలపతి ఫ్లాట్ చేరాడు. గుర్నాథం ఫ్లాట్ తలుపు కొట్టాడు.

అన్నపూర్ణ తలుపు తెరిచింది, "ఆంటీ! బావున్నారా!" అన్నాడు.

"నువ్వా చలపతీ! ఎప్పుడొచ్చావ్?" అంది అన్నపూర్ణ తడుముకోకుండా.

"నిన్న రాత్రి వచ్చా ఆంటీ! అంకుల్ టిఫిన్ చేసి, అయ్యర్ హోటల్ లో యాభై చిల్లర తీసుకోలేదు. ఇదిగోండి!" అన్నాడు.

అంతటితో ఆగలేదు. "అంకుల్ స్పెషల్ ఉల్లి దోశ ఆర్డర్ ఇస్తే, tempt అయి, నేను కూడా అదే ఆర్డర్ చేశా. బాగా నెయ్యి వేసి కాల్చాడు. సూపర్ ఉంది" అన్నాడు.

అక్కడితో కూడా ఆగలేదు, "మీకు ఆంటీ? టిఫిన్? అంకుల్ పార్సిల్ చేసినట్టు లేదు!" అన్నాడు.

యాభై నోటు తీసుకుంటూ, చలపతి చేతిలో 'ఈనాడు' పేపర్ చూసింది అన్నపూర్ణ.

"ఇవ్వాళ మాకు 'ఈనాడు' పేపర్ వేయటం మర్చిపోయాడు. ఈయన పేపర్ కొనటానికే వెళ్లారు." అంది.

"మాకు ఈనాడు పేపర్ వచ్చిందే!" అన్నాడు చలపతి.

"మీ బావ ఈనాడు పేపర్ తెప్పించరే!" అంది అన్నపూర్ణ.

చలపతికి జరిగిన పొరపాటు అర్థమయి, పేపర్ కూడా అన్నపూర్ణకి ఇచ్చేశాడు.

ఆ సాయంత్రం వాక్ లో చలపతి ఆ కథ చెప్పగా, గుర్నాథం నోరు వెళ్ల బెట్టి విన్నాడు.

"మిమ్మల్ని చూశాక, నేనుకూడా స్పెషల్ ఉల్లి దోశె ఆర్డర్ చేశాను" అన్నాడు చలపతి పళ్ళన్నీ బయటపెట్టి.

"అఘోరించలేకపోయావు" అని గొణుకున్నాడు గుర్నాథం.

జగన్మోహిని

రాక రాక వచ్చాడు రామం ప్రాణ స్నేహితుడు చక్రం వైజాగ్ కి.

విమానాశ్రయంలో రామం చక్రాన్ని గట్టిగా, గాఢంగా వాటేసుకుందామనుకున్నాడు.

కోలేకపోయాడు.

క్షణంలో వెయ్యో వంతులో ఏదో అవాంతరం.

చక్రం రామాన్ని చూసి 'హాయ్' అనే లోపే సెకనులో లక్షో వంతులో అతనికేదో అంతరాయం.

ఇరువురి కళ్లూ లిప్తపాటు కూడా కలవలే. తలలు ఎత్తి ఇద్దరూ ఒకర్నొకరు అయినా చూసుకోలే!

జలతారు మేను గల అప్సరస ఎదురయితే, అందంగా అభినయిస్తే, తపస్సు, దీక్ష వంటి ముఖ్యమైన పనులు ఇంచక్కా ఓ మూలకి సర్దేసి, చుట్టూ పరిసరాలు మర్చిపోయి, ఆ రంభతో చెక్కేసిన సాధారణ అవకాశవాద మునీశ్వరుల మల్లే ఇద్దరూ జిగేల్ మనే స్మార్ట్ ఫోన్ల స్క్రీన్ల మెరుపుల ఉచ్చులో పడి, ఆ యంత్రాల మంత్ర తంత్రాల మిధ్యలో పరిభ్రమిస్తూ, చిరకాల స్నేహితులం కలిశాం అనే భావన కాసంతయినా అనుభవించకుండానే స్మార్ట్ ఫోనుకి కళ్ళు అతికించేసుకుని, రామం ఇంటికి వచ్చి పడ్డారు.

ఇద్దరూ బ్రహ్మాచారులే. చాలా కుశల ప్రశ్నలే వేసుకుందామనుకున్నారు ఒకళ్ళనొకళ్ళు. వేసుకోలేదు. వేసుకున్నట్టే ఫీలయ్యారు. ఏ భేతాళుడూ

బెదిరించడు సమాధానాలు చెప్పమని. అంత కష్టమయిన ప్రశ్నలు కూడా కావు అవి. జస్ట్! ఫోన్ వదిలిపెట్టి, అది చేస్తున్న విన్యాసాల మత్తు లోంచి బయటకి వచ్చి, చిన్నతనాన్ని మననం చేసుకోవాలి. అంతే! కానీ నోళ్ళు పెగలాలంటే ఫోన్లోంచి తలలు బయటపడాలిగా. అసలు రామం కుశల ప్రశ్న వేశాడో లేదో చక్రం గమనించనేలేదు. చక్రం అంత కంటే జడంలా చూపంతా ఫోనులో పాతేశాడు. మట్టిలో బుర్ర పెట్టి అద్భుత ప్రపంచాన్ని చూస్తున్నామనుకునే వానపాములు రెండు కలిస్తే ఏం పెద్ద విశేషాలుంటాయి కనక?

ఇద్దరూ కాసేపటికి బీచికెళ్ళారు. "చూడు నీకో వీడియో లింకు పంపించా. సముద్రం ఏటా ఓ అంగుళం ముందుకొస్తోందట. ఆ లెక్కన వైజాగ్ మునగటానికి..." అని ఆగాడు చక్రం. ఏళ్ళ తర్వాత చిన్ననాటి స్నేహితులు కలిసారు. ఫోన్లు పక్కన పెట్టి, ఇద్దరూ దాపరికాల్లేకుండా మాట్లాడుకోక, ఈ సముద్రం వీడియోలు బట్వాడా చేసుకోవటం ఏమిటి? సముద్రం ముందుకెళ్తే ఏమిటట? వెనక్కి పోతే ఏమిటట?

"జడ దువ్వుకుంటూ, చిక్కు తీసి వేలుకి చుట్టిన వెంట్రుక చుట్టని ముప్పైయ్యవ ఫ్లోర్లోంచి ఒకామె విసిరేస్తే, అది గాలిలో గిరికీలు కొట్టినట్టు, స్టాక్ ఎక్స్చేంజ్ నిఫ్టీ కిందా మీదా పడుతోంది," అని అందామనుకున్నాడు రామం. అనలేదు. అతని దృష్టిని ఫోన్లో ఓ టాప్ హీరో మూవీ టీజర్ వీడియో హైజాక్ చేసింది.

ఇంతలో ఇద్దరి ముక్కులనేవో కమ్మని వాసన 'యు ఆర్ అండర్ అరెస్ట్' అన్నట్టనిపించింది. మామిడికాయ ముక్కల్ని ఉప్పూ కారంలో స్నానం చేయించి పేపరు ప్లేటులో పెట్టి అమ్ముతున్నాడొకడు.

చోటు లేక సెంట్రల్ జైల్లోంచి గెంటేయబడ్డ ఖైదీల్లా, ఆ మామిడి ముక్కల వాసన మత్తు వల్ల మెదడు ప్రకటించిన అత్యవసర పరిస్థితికి ఇద్దరూ

ఫోన్లోంచి ఈ ప్రపంచంలోకి చొచ్చుకొస్తే, రామం లేచి ఫోను చూసుకుంటూ వెళ్ళి, రెండు ప్లేటు మామిడికాయ ముక్కలు కొని, ఫోన్-పే లో డబ్బులు పేమెంట్ చేసి, ఓ ప్లేటు చక్రం చేతికందించాడు.

థాంక్స్ చెప్పాలనుకున్నాడు చక్రం. చెప్పలేదు.

ఓ పక్క యూట్యూబ్ వీడియో చూస్తూ మరోవైపు, "ఆఫీసులో ఇంక్రిమెంట్లు ఇచ్చేశారా ఈ ఏడాదికి?" అని చక్రాన్ని ప్రశ్నించాలి అనుకున్నాడు రామం. ఓ క్షణం వాయిదా వేసాడు నిమిత్తమాత్రంగా.

"ఏదో అడగబోయావ్!" అన్నాడు చక్రం ఫోనుమీంచి దృష్టి మరల్చకుండా.

"ఊ...! ఊ....! అదీ....ఏదో అడగాలనుకున్నా. మర్చిపోయా.." అంటూ చుట్టూ చూశాడు రామం దాహం వేసి. దాహం, ఆకలి, మరో రెండు శంకల్ని తప్ప స్మార్ట్ ఫోన్ తతిమ్మా ఇంద్రియాలన్నిటినీ స్వాధీనపరుచుకుంది.

"నాక్కూడా దాహం వేస్తోంది " అన్నాడు చక్రం.

రామం లేచి వెళ్లి, ఫోన్-పే చేసి మంచి నీళ్ళ బాటిల్ కొని తీసుకొస్తూ, తన లాగే ఓ చేతిలో నీళ్ళ బాటిల్ పట్టుకుని మరో చేత్తో మెసేజ్ టైపింగు చేస్తూ నడుస్తున్న మరో పదిమందిని ఢీ కొట్టి, ఒకరికొకరు భూజాలెగరేసి సింబాలిక్ నాన్-వెర్బల్ క్షమాపణలు చెప్పుకున్నాక, నీళ్ళు తెచ్చి చక్రానికిచ్చాడు.

"వెధవ ఫోను...మరీ వ్యసనమయిపోయింది. చాన్నాళ్ళయింది కలిసి...విశేషాలు చెప్పు," అంటూ రామం ఫోను పక్కన పెట్టాడు దాహం తీర్చుకుని. హాయిగా గాలి పీల్చాడు. సముద్రం కేసి చూసి, "అబ్బ. సముద్రం! గమనించనేలేదు. భలేగా ఉంది," అని

అందామనుకున్నాడు. ఆలోగా ఎవరో సెల్ఫీ తీసుకుంటూ రివర్స్ లో నడుచుకుంటూ వచ్చి, ఇసుకలో కూర్చుని ఉన్న రామం వీపు రాసుకుపోయారు. ఆ సంఘటన జరిగిన కొద్ది సెకనులకి చక్రం, రామం ఏ సమ్మోహనాస్త్రం సంధించకుండానే మళ్ళీ ఫోను మత్తులో మూర్ఛపోయారు.

చక్రానికి పిడతకింద పప్పు కొనిచ్చాడు రామం.

ఇంటికొస్తూ నరసమ్మ హోటల్ దగ్గర పెసరట్టుప్మా తినిపించాడు. ఆ సమయంలో, బలమైన నెట్వర్క్ సిగ్నల్ కోసం ఫోను పట్టుకుని, గోల్ వేయటానికి మరొక్క నిమిషమే టైం ఉన్న ఫుట్ బాల్ స్ట్రైకర్లా అటూ ఇటూ పరిగెడుతూ అవస్థ పడటంలోనే సరిపోయింది చక్రానికి.

ఆ రాత్రి, ఇంట్లో తాపీగా కూర్చుని " మన చిన్నప్పుడు బీచ్ దగ్గర పిడత పప్పు బండి, నరసమ్మ పెసరట్టు అదుర్స్ కదా. అవన్నీ ఏమైపోయాయో.."అంటూ చక్రం బాధపడ్డాడు.

పెసరట్టుప్మా తిన్నాం కదా! అని రామం అందామనే లోపల రజనీకాంత్ మూవీ టీజర్ పాప్-అప్ అయింది ఫోన్లో.

పెసరట్టుప్మా ఆ రోజు తిన్నట్టుగా చక్రానికి గుర్తే లేదు. పెసరట్టు తింటున్నంతసేపూ అతను బలమైన ఫోన్ నెట్వర్క్ కోసం అక్కడ చక్కర్లు కొట్టాడు.

రామం రజనీకాంత్ సినిమా టీజర్ ని చక్రానికి చూపించాడు. టీజర్ అయ్యాక, రామం చక్రంతో, "ఇందాకల నువ్వేదో అన్నావురా! ఏంటది?" అని అడిగాడు.

ఫోన్లోకి వంచిన తల ఎత్తకుండా "ఎప్పుడు?" అని అడిగాడు చక్రం.

రామం తను అనాలి అనుకున్నది ఏదో మర్చిపోయాడు.

ఇంతలో నరసమ్మ పెసరట్టు హోటల్ నుంచి ఒక ఎస్ఎంఎస్ వచ్చింది కృతజ్ఞతలు చెపుతూ. రామానికి గుర్తు వచ్చింది. అతను అరిచాడు, "చక్రం! ఆ! 'నరసమ్మ పెసరట్టు ఇప్పుడు ఏమైపోయిందో?' అన్నావు. ఇంత క్రితమే మనం అక్కడ పెసరట్టు తిన్నాం కదా!"

చక్రం, "మనం ఏదో తిన్నాం కొద్దిసేపటి కితం! ఏం తిన్నాం. పెసరట్టా!" అని ఫోన్లోంచి ఎత్తకుండానే బుర్రని గోక్కున్నాడు.

రామం ఎస్ఎంఎస్ రుజువు చూపించాడు. ఫోన్-పే లో తను పెసరట్టుప్మాకి డబ్బులు పే చేసిన రుజువు చూపించాడు.

* * * * *

పక్కరోజు సింహాచలం వెళ్లారు. రామం కావాల్సే ఫోను ఇంట్లో మర్చిపోయాడు.

ముందురోజు రాత్రి చక్రం గాఢనిద్రలో ఉన్నప్పుడు పదిహేను శాతం ఛార్జింగ్ అయ్యాక, కనెక్షన్ తీసేశాడు చక్రం ఫోనుకి.

అందువల్ల, సింహాచలం ట్రిప్ లో చక్రం ఫోన్లో బాటరీ త్వరగా అయిపోయింది. తిరనాళ్లలో చంటిపిల్లాడు తప్పిపోతే అల్లాడిన తల్లిలా, ఫోను లేక ఇద్దరూ కాసేపు గిలగిల్లాడారు.

ఫోను వ్యాపకం లేక, ముచ్చట్లు పెట్టుకున్నారు. అరమరికల్లేకుండా హాయిగా మాట్లాడుకున్నారు. చాలా రోజుల తర్వాత మాటా మాటా కలిసి పొట్ట పగిలేలా నవ్వుకున్న ఉదంతాలెన్నో ఆ రోజున.

ముప్పై ఐదేళ్ల రామానికి తనకి ఎందుకు పెళ్లి కావట్లేదో, అందుకు ముఖ్యమైన కారణమేమిటో అప్పుడు తెలిసొచ్చింది.

తను నీలవేణిని ప్రేమించాడు. ఆ విషయం వాట్సాప్ లో మెసేజ్ కూడా ఏనాడో పెట్టేశాడు ఆమెకి...ఏదో లీవ్ లెటర్ బాసుకి పంపించినట్లు.

అనేకసార్లు కలిసారిద్దరూ. అలా కలిసినప్పుడు కళ్ళు మట్లాడుకుంటేగా? చూపులు కలిస్తేగా? పెదవులు వణికితేగా? కలహపడితేగా? కలలు కంటేగా? ప్రణయ తరంగాల స్పర్శని అనుభవిస్తేగా? మన్మధుడిని వాళ్ళ మధ్యకి దూరనిస్తేగా? నక్షత్రకుడిలాంటి ఆ ఫోనుని ఇద్దరూ వదిలితేగా?

రామం ఈ మధ్య ఫోను ఫోను ఫోనుని ఒక ఉత్త ఫోనులా, తలలో పేనులా, గూడ్సుబండి కొసనుండే బ్రేక్ వానులా చూడటం మొదలెట్టాడు. ఫోనుని విస్మరించటం మొదలెట్టాడు.

నీలవేణి తన దగ్గర ఉన్నంతసేపూ ఫోను స్విచ్ ఆఫ్ చేశాడు. "నీకంటే నాకేదీ ముఖ్యం" కాదన్నాడు. నీ మాటలు ముత్యాలన్నాడు. నీతో ఉంటే సమయం మాయం అన్నాడు. ఇన్నాళ్లూ తను గమనించని ఆమె రింగుల జుత్తు జడ అమోఘం అన్నాడు. నీలవేణి ఫిదా రామానికి ఆ క్షణంనుంచే.

ఈ మధ్యన వాళ్ళిద్దరూ ఫోను బంద్ చేసి, బీచ్ ఒడ్డున సముద్రమంత ప్రణయంలో గంటల తరబడి మునిగి తేలుతున్నారు.

రామం కాగితం, పెన్ను వాడి నీలవేణికి ప్రేమలేఖలు రాశాడు. చివర, "నీ రామం" అని సంతకం చేశాడు.

సెల్ఫీలు తీసుకోవటం మానేశారు.

మరో నెలకి రామం చక్రానికి వాట్సాప్ మెసేజ్ చేశాడు:

"చక్రం! నీలవేణి, నేనూ త్వరలో పెళ్లి చేసుకుంటాం. చెప్పానుగా మా సక్సెస్ కి సీక్రెట్. నువ్వు కూడా స్మార్ట్ ఫోననే జగన్మోహిని వలలోంచి

బయటపడు. మరొక భస్మాసురుడివి కాకు. బ్రహ్మచారిగా మిగిలిపోకు. త్వరలోనే నీ దగ్గర్నుంచి కూడా స్వీట్ వార్త వినాలని ఉంది. నా పెళ్ళిలో కలుద్దాం!"

ముప్పై ఏళ్ల చక్రం కూడా జగన్మోహిని నృత్యానికి తందానతాన ఆడటం ఆ క్షణంనుంచే ఆపాడు.

పూసల బేరం

నలభై ఏళ్ల విల్సన్ బ్రిటిష్ పౌరుడు. ఇండియాకి మొదటిసారి వచ్చాడు. ముంబై చేరాడు. ముంబై ఇంటర్నేషనల్ విమానాశ్రయం ధగధగా మెరిసిపోతోంది. ఔరా అనుకున్నాడు.

ఎరువులు వేస్తే ఏపుగా పెరిగిన పంట పొలంలా, డబ్బు జబ్బు చేసిన జనంతో ఎయిర్‌పోర్టు కిటకిటలాడి పోతోంది.

క్యాబ్ బుక్ చేసుకున్నాడు గోవా వెళ్ళటానికి.

ఇండియాలో ఉన్నన్ని రోజులు తాత్కాలికంగా వాడుకునేందుకు, ఫోనులో సిమ్ వేసుకున్నాడు. ఫోన్ పే wallet లో కొన్ని రూపాయలు డిపాజిట్ చేసుకున్నాడు.

టిఫిన్ చేశాడు. టీ తాగాడు.

ప్రయాణంలో కాలక్షేపానికి, ఆలూ చిప్స్ కొన్నాడు.

సూపర్ బజార్లో యాపిల్స్ కొన్నాడు. ఒక్కో యాపిల్ ధర ఆకాశంలో ఉంది. అయినా ట్రేలో యాపిల్స్ అన్నీ అతని కళ్ళముందే ఖాళీ.

'ఇండియాలో ధరలు ఎక్కువే. అయినా వస్తువులకి డిమాండ్ కూడా ఎక్కువే' అనుకున్నాడు.

ఫ్రెండ్ ఫిలిప్స్ కి మెసేజ్ చేశాడు: "ఫిలిప్స్! ఇండియా నువ్వు చెప్పినట్టు లేదు. డబ్బు చెట్లకి కాస్తోందా అన్నట్టుంది. చిటికేస్తే అప్పు దొరుకుతోంది."

ఫిలిప్స్ పదేళ్ళ క్రితం ఇండియా వచ్చాడు. తక్కువ పౌండ్స్ రూపాయల్లోకి మార్చుకుని, ఎక్కువ జల్సా చేశాడు. అప్పుడు ఖరీదైన హోటల్స్ ఖాళీగా ఉన్నాయి. విదేశీయుడిగా, ఫిలిప్స్, అప్పుడు అపూర్వ గౌరవ మర్యాదలు పొందాడు.

విల్సన్ కి ఇప్పుడు కూడా పౌండ్ కి ఎక్కువ రూపాయలే వచ్చాయి. కానీ, టాక్సీలు, స్టార్ హోటల్స్ కోసం లోకల్ జనమే ఎగబడుతున్నారు.

ఎంత ఎక్కువ ధర ఉంటే, ఆ వస్తువు అంత వేగంగా అమ్ముడయిపోతోంది.

'ఫారెనర్' అని అతని కేసి నోళ్ళు వెళ్లబెట్టి ఎవరూ చూడట్లే.

విల్సన్ గోవా చేరాడు. మంచి హోటల్లో దిగాడు.

తన కంపెనీ బాస్ నుంచి ఈ-మెయిల్ వచ్చింది.

"విల్సన్! ఈ సంవత్సరం నీకు మంజూరు అయిన రేటింగ్, బోనస్, ఇంక్రిమెంట్ వివరాలు ఇవి" అని ఉంది.

వివరాలు చదివాడు. అట్టడుగు రేటింగ్. బోనస్ శూన్యం. ఇంక్రిమెంట్ రెండు శాతం పెంపు.

తను గాడిదలా చాకిరీ చేశాడు. అయినా ఫలితం లేదు. కంపెనీకి లాభాల ఆశ పెరిగిందో లేక నిజంగా కంపెనీ దగ్గర డబ్బులు లేవో? విల్సన్ కి అర్థం కాలేదు.

కంపెనీ షేర్ ధర మటుక్కూ తారాజువ్వలా పోతోంది పైకి.

బాస్ నుంచి మెసేజ్: "Wilson! shape up or ship out" అని.

'ఈ ఉద్యోగం కూడా పోయేలా ఉంది!' అని విల్సన్ అనుకున్నాడు.

ఇప్పుడిక ఉద్యోగం నిలబెట్టుకోవాలంటే, సిగ్గు శరం వదిలేసి, మెడకి టై కట్టుకుని, కోటు వేసుకుని, నవ్వు పులుముకుని, గాడిద కంటే అధ్వాన్నంగా పని చేయాలి.

ఎన్ని మాటలు అన్నా, దులుపుకుని పోవాలి.

అలా ఎన్నాళ్లు?

ఇలా ఆలోచిస్తూ, విల్సన్ హోటల్ గదిలోంచి బయట పడ్డాడు. గోవా అంతా తిరిగాడు.

తను ప్రయాణం చేస్తున్న టాక్సీ డ్రైవర్ రాంగ్ రూట్ లో వెళ్తున్నాడు. ట్రాఫిక్ ఇన్స్పెక్టర్ పట్టుకున్నాడు. లంచం అడిగాడు. టాక్సీ డ్రైవర్ చేతులెత్తేశాడు. విల్సన్ దే బాధ్యత అన్నట్టు తయారుచేశాడు పరిస్థితిని. విల్సన్, 'నేనొక బ్రిటిషర్ ని. జాగ్రత్త. ఎంబసీలో కంప్లయింట్ చేస్తా!" అన్నాడు.

ఆ మాట అన్నాక, ఇన్స్పెక్టర్ విల్సన్ ని మరింత చులకనగా చూశాడు. 'ఎంబసీయా? గాడిద గుడ్డా?" అని బూతులు మొదలెట్టాడు. పాస్‌పోర్ట్ జప్తు చేస్తా అన్నాడు.

ప్యాంటు షర్టు జేబులు తడిమి, విల్సన్ దగ్గర్నుంచి డబ్బులు గుంజుకున్నాడు ఇన్స్పెక్టర్.

విల్సన్ మథనపడ్డాడు.

నాలుగు రోజులయింది.

బాస్ దగ్గర్నుంచి మెసేజులు పెరిగాయి. 'విల్సన్! ఈ కొత్త నిబంధనలకి ఒప్పుకుంటూ, రేపట్లోగా ఈ-మెయిల్ చేయి. లేకుంటే, నీ ఉద్యోగం పోయినట్లే," అని.

బాస్ ఎదురుగా ఉండి ఉంటే, పీక పిసికి చంపేయాలన్నంత కోపంగా ఉంది విల్సన్ కి. 'నా రక్తం తాగేయ్, బాస్' అని మెసేజ్ పెట్టి, మళ్ళీ కాసేపటికి డిలీట్ చేశాడు.

మరో రోజు విల్సన్ సముద్ర తీరానికి చేరాడు.

అతని దగ్గరకి ఒక పాతికేళ్ళ యువతి వచ్చింది.

ఉప్పు గాలిని చిన్నప్పటి నుంచీ పీల్చి, ఆమె నలుపు తేరింది. కొబ్బరి నీళ్ళు, కొబ్బరితో చేసిన వంటకాలు పుట్టినప్పటినుంచీ తాగి, తిని, ఆమె చర్మం నునుపు బారింది. జడ వత్తుగా ఉంది. కళ్ళు మెరుస్తున్నాయి. ఒకసారి చూస్తే మళ్ళీ చూడాలనిపించే చురుక్కుమనే అందం ఆమెది.

ఆమె నవ్వు, పిల్ల కెరటంలా పలకరిస్తోంది.

ఆమె పేరు రేష్మ.

రంగు రంగుల గవ్వలు, గుల్లలు, గులకలు, గోరంత శంఖాలు దారానికి గుచ్చి, వాటి మధ్య పూసలు పేర్చి, మెడలోకి గొలుసులు, ముంజేయి దండలు చేసి గోవా సముద్ర తీరాన తిరుగుతూ అమ్ముకుంటుంది.

ఒక్కో గవ్వల దండ ఒక్కో కస్టమర్ ఒక్కో రేటుకి బేరం చేస్తాడు.

ఒకరు పుట్టెడు జాలి చూపిస్తారు. ఒక్క దండ అయినా కొనరు.

ఒకరు 'పూసల దండకి అంత రేటా? అంతా మోసం' అంటారు. చివరికి వాళ్ళే ఏదో ఒక బేరం చేసి కొంటారు.

విల్సన్ రేష్మ కేసి చూశాడు.

రేష్మ పదేళ్లుగా గవ్వల దండలు అమ్ముతోంది గోవా సముద్ర తీరాన. అందువల్ల, ఆమెకి వచ్చీ రాని ఇంగ్లీషు బాగా వచ్చేసింది.

విల్సన్ ని ఇంగ్లీషులో అడిగింది.

“సార్! దండ కొనండి సార్! ఉదయం నుంచి బేరం లేదు!” అంది.

విల్సన్ దండ చేతిలోకి తీసుకుని చూశాడు. అద్భుతంగా ఉంది. అదో నైపుణ్యం. అందమైన హస్తకళ.

“ఎంత?” అన్నాడు విల్సన్.

“రెండు వందలు”

“ఇరవై అయిదుకి ఇస్తే కొంటా”

“నూట తొంభై” అంది రేష్మ.

“యాభై”

“సారూ! అంతలా బేరం చేయకండి. మహారాజులు మీరు!” అంది.

“చివరగా చెప్పు” అన్నాడు విల్సన్.

“నూట యాభై”

“సరే! వంద ఇస్తా! ఇది ఫైనల్” అన్నాడు.

“తీస్కోండి సార్” అని ఒక గవ్వల దండ విల్సన్ కి ఇచ్చింది.

విల్సన్ ఫోన్ పే చేయబోయాడు. మొబైల్ ఫోన్ నెట్ వర్క్ సరిగ్గా లేదు.

జేబులు తడిమాడు. ఒక వంద రూపాయల నోటు చేతికి వచ్చింది.

రేష్మకి ఇచ్చాడు.

"ఆర్ యు హ్యాపీ?' అని అడిగాడు విల్సన్.

"ఏదో హ్యాపీయేలెండి సార్!" అంది చిరునవ్వుతో.

"ఎన్నాళ్లుగా పూసల దండలు అమ్ముతున్నావ్?" అన్నాడు.

"పదేళ్లుగా! ఇంకో యాభై ఏళ్ళు కూడా అమ్ముతా!" అంది.

విల్సన్ రేష్మతో ఒక సెల్ఫీ తీసుకున్నాడు.

విల్సన్ ఆలోచిస్తున్నాడు. ఇంకా బాగా బేరం చెయ్యాల్సిందేమో అని సందేహించాడు.

రేష్మ అతనికి 'థాంక్స్' చెప్పి, ఆకాశంలో కరిగిపోతున్న అందమైన నల్లని మేఘంలా కనుమరుగయింది.

విల్సన్ పూసల దండ కేసి చూశాడు. మెడలో వేసుకున్నాడు. సముద్రపు గవ్వలతో చేసిన దండ! రేష్మ చిరునవ్వులా ఉంది దండ అనుకున్నాడు.

అతనికి సడెన్ గా జాగింగ్ చేయాలనిపించింది. హుషారుగా లేత ఎండలో పరిగెత్తాడు.

మధ్యాహ్నం ఎండ చుర్రుమంటే, కొబ్బరి చెట్టు కింద పల్చని నీడన కూర్చుని, ఇంగ్లీష్ పాటలు పాడుకున్నాడు.

సాయంత్రం ఎండకి, సముద్రం నారింజ రంగులో మెరుస్తుంటే, తీరం వెంబడి నడుస్తూ మైమరిచిపోయాడు.

* * * * *

పక్కరోజు ఉదయం ఆరు. విల్సన్ విమానాశ్రయానికి వెళ్ళటానికి రెడీ అయ్యాడు.

హోటల్ బిల్లు కట్టేందుకు, రిసెప్షన్ దగ్గర ఉన్నాడు.

బిల్లు తను అనుకున్నదానికంటే చాలా ఎక్కువే అయింది. బిల్లు చెక్ చేశాడు. ఏవో పన్నులు కలిశాయి. విల్సన్ కి ఒంటి మీద తేళ్ళు పాకినట్టయింది.

"ఏమైనా డిస్కౌంట్ ఉందా?" అని సున్నితంగా అడిగాడు మరోలా బేరం చేయలేక.

రిసెప్షనిస్ట్, "డిస్కౌంట్ ఇచ్చిన తర్వాతే సార్ ఈ మొత్తం" అని అంది.

"ఓ మై గాడ్! మీరు కోట్ చేసిన టారిఫ్ కంటే చాలా ఎక్కువ తీసుకున్నారు. పైగా డిస్కౌంట్ ఇచ్చామంటున్నారు. ఇది గారడీ," అని ఆంగ్లంలో అరిచాడు.

చీమంత సైజులో ఉన్న *Other Conditions apply అనే అక్షరాలు చూపించి, తీయటి ఆంగ్లంలో మాట్లాడింది రిసెప్షనిస్ట్.

విల్సన్ తగ్గలేదు. గొడవ చేసి, కొంత డిస్కౌంట్ పొందాడు. క్రెడిట్ కార్డ్ కోపంగా ఇచ్చాడు.

రిసెప్షనిస్ట్ విల్సన్ చికాకుని గమనించింది.

బిల్లుకి పేమెంట్ తీసుకుని, రశీదు ఇస్తూ, ఒక కొత్త సంవత్సరం డైరీ, ఒక సిగరెట్ పాకెట్టంత సైజున్న అట్ట పెట్టెని బహుమతిగా ఇచ్చింది. విల్సన్ అట్ట పెట్టెని తెరిచాడు. లోపల ఒక 'కీ చైన్' ఉంది.

ఆ కీ చైన్ లో చిన్న గవ్వల దండ! మధ్యలో పూసలు. ఆ దండకి కొసన ఆ హోటల్ logo ఉన్న పిసరంత లాకెట్ వేలాడుతోంది!

"ఈ దండని మీరు ఎక్కడ కొంటారు?" అన్నాడు విల్సన్ రిసెప్షన్ స్టాఫ్ తో.

"లోకల్స్ దగ్గర కొంటాం."

రేష్మతో తను తీసుకున్న సెల్ఫీ ఫోటో రిసెప్షనిష్ట్ కి చూపించాడు. "ఈ అమ్మాయి తెలుసా? అన్నాడు విల్సన్ ఆతృతగా!

"ఈ అమ్మాయి రేష్మ! మాకు గవ్వల దండలు సప్లై చేస్తుంది. మిమ్మల్ని ఏమైనా మోసం చేసిందా? ఆ దండ పది రూపాయలు కన్నా ఉండదు. మీరు ఎంతకి కొన్నారు! వీళ్ళు విదేశీయుల్ని మోసం చేస్తారు," అంది రిసెప్షనిష్ట్.

రేష్మ ఫోన్ నెంబర్ హోటల్ స్టాఫ్ రికార్డులో ఉంది అని విల్సన్ కి తెలిసింది. రేష్మ ఫోన్ నెంబర్ తీసుకున్నాడు.

రేష్మ పూసలదండ ధర రెండు వందలు అని చెప్పింది. తను వందకి బేరం చేశాడు. అప్పుడు ఇంకా బాగా బేరం చేసి ఉండాల్సిందేమో అని కూడా ఫీలయ్యాడు.

విల్సన్ అనుకున్నాడు: "నేను పని చేసే కంపెనీలో బాస్ నా పీకని మండ్రకప్పలా పట్టుకున్నాడు. బాస్ ఒక బ్రిటిషర్. పిండటం వాడి నైజం. ఏదైనా అతి ఖరీదుగా ఉంటే, లండన్ ధరలు అంటారు. కానీ, ఇండియాలో కూడా ముక్కు పిండి వసూలు చేయటం షాపుల్లో, హోటల్లో చూశా. చివరికి ట్రాఫిక్ ఇన్స్పెక్టర్ కూడా గుంజుకున్నాడు. గుంజుకోవడం, పిండుకోవటం ఇండియాలో కూడా మొదలైంది. ఫిలిప్స్ భారతీయత గురించి చాలా చెప్పాడు. ఫిలిప్స్ వర్ణనకి అతి దగ్గరగా ఉంది రేష్మ. గవ్వల కోసం కష్టపడి సముద్ర తీరం వెంబడి రేష్మ వెతకాలి. అయినా, పూసల దండని ఆమె ఒక నిర్దిష్టమైన ధరకి అమ్ముకునే

అవకాశమే లేదు. రేష్మ దగ్గర మాత్రమే బేరం చేయటం సమంజసం కాదు. నేను బాస్ దగ్గర, హోటల్లో, పోలీస్ ఇన్స్పెక్టర్ దగ్గర బేరం చేసే అవకాశమే లేదు. నేను ఎవరి దగ్గర బేరం చేస్తే నిజంగా నాకు మజా వస్తుందో అక్కడ కాంప్రమైజ్ తప్పట్లే!"

రేష్మకి వెంటనే వంద రూపాయలు ఫోన్ పే చేశాడు.

ఆమెకి కాల్ చేశాడు. 'ఫోన్ switched off' అని రిప్లై వచ్చింది.

ఆమెకి మెసేజ్ చేశాడు. "రేష్మా! నీకు చేరవలసిన మరో వందని ఫోన్ పే చేశాను. నేను లండన్ వెళ్తున్నా! బై. నేనెవరో నీకర్థం కావాలంటే, నేను పంపించిన సెల్ఫీ చూడు! ఆర్ యు హ్యాపీ నౌ? నువ్వు మాత్రమే అల్లగలిగే గవ్వల దండకి బేరం చేయకుండా, రెండు వందలు పూర్తిగా ఇచ్చి, నేనయితే ఇప్పుడు చాలా హ్యాపీ!"

* * * * *

విల్సన్ గోవా నుంచి ముంబై విమానాశ్రయం చేరాడు. లండన్ వెళ్ళే విమానంలో ఉన్నాడు. విమానం గాలిలోకి లేవటానికి రెడీగా ఉంది. ఎయిర్ హోస్టెస్ ఫోనులు ఆఫ్ చేయమని హెచ్చరిస్తోంది.

అరగంట క్రితం బాస్ నుంచి విల్సన్ కి మెసేజ్ వచ్చింది. "విల్సన్! మరో గంటలో నువ్వు కొత్త జాబ్ ఆర్డర్ కి కన్ఫర్మేషన్ ఇవ్వకపోతే, నువ్వు ఈ కంపెనీతో సంబంధం తెంపుకున్నట్టే!" అని.

విల్సన్ కి ఆ కంపెనీలో ఉడిగం చేయాలని లేదు. అలా అని మరో దిక్కు లేదు.

'ఇప్పుడు కన్ఫర్మ్ చేయకపోతే, ఉద్యోగం పోయినట్టేనా?' అని విచారించాడు.

“ఆ! బోడిగాడు! నేను తప్ప మరో గతి లేదు బాస్ కి. ఇదో డ్రామా!” అనుకున్నాడు.

‘లేదు. బాస్ హిట్లర్. చాలా స్ట్రిక్ట్. ఇప్పుడే కన్ఫర్మ్ చేయటం బెటర్” అని మళ్ళీ సర్ది చెప్పుకున్నాడు.

విమానం ఎగరటానికి రెడీ అవుతోంది. మరొక్క నిమిషం కూడా లేదు. ఇప్పుడు కన్ఫర్మ్ చేయకపోతే, మరో పది గంటల దాకా తను బాస్ ని కాంటాక్ట్ చేయలేడు.

బాస్ కి కన్ఫర్మ్ చేద్దామని, ఫోన్ అర్జెంట్ గా తెరిచాడు.

అప్పుడు తన ఫోన్ లో ఒక మెసేజ్ చూశాడు. రేష్మ దగ్గర్నుంచి ఆ మెసేజ్.

మెసేజ్ చదివి, ‘అయ్యో!” అనుకున్నాడు.

వెంటనే ‘ఫోన్ పే’ తెరిచాడు. ఒక వంద రూపాయలు ‘ఫోన్ పే’ చేశాడు. రేష్మకి వంద పేమెంట్ అయింది.

విమానం గాలిలోకి లేచింది. ఫోన్ నెట్వర్క్ తెగిపోతోంది. ఆ చివరి సెకను లోనే, బాస్ కి కూడా మెసేజ్ చేశాడు. బేరం పెట్టాడు. “Boss! I'm okay to continue subject to some improvement in pay!” ఆ మెసేజ్ వెళ్ళిందో లేదో తెలీదు.

అయినా, విల్సన్ తృప్తిగా నిట్టూర్చాడు.

సీట్లో వెనక్కి వాలాడు. రేష్మ మెసేజ్ మళ్ళీ చదివాడు.

“సార్! మీ మెసేజ్ ఇప్పుడే చూశాను. మీరు ఇప్పటికీ నాకు ఒక్క వంద రూపాయలే ఇచ్చారు. మీరు మొదటిసారి ఇచ్చిన వంద రూపాయల నోటు చెల్లదు. అది దొంగ నోటు!”

జేబులో ఉన్న మిగతా వంద రూపాయల నోట్లు దొంగ నోట్లు అన్నమాట! అవి పడేయాలి' అని విల్సన్ జేబులు తడిమాడు.

అతనికి అప్పుడు గుర్తుకొచ్చింది. ట్రాఫిక్ ఇన్స్పెక్టర్ అవి తన దగ్గర్నుంచి గుంజుకున్నాడు!

అర్టిఫిషల్ ఇంజలిటెన్స్

ఓ పత్రం, రిజిస్ట్రేషన్ ఉండవు. ప్రభుత్వం ఎప్పుడో ఎవరికో కట్టిస్తే, వాళ్ళు నల్ల బజార్లో అమ్మేస్తే, శ్రీశైలం లాంటి వాళ్ళు కొనుక్కున్న తూతూ మంత్రం బాపతు సింగిల్ రూమ్ కొంప అది మురికివాడలో. శ్రీశైలం ఆ కొంపలోనే బతికాడు. పిల్లాజెల్లా లేరు. పెళ్ళయిన ఏడాదికే శ్రీశైలంతో గొడవపడి, తన పాత లవర్ ప్లంబర్ ఏకాంబరంతో లేచిపోయింది పెళ్ళాం షుమారు ఇరవై ఏళ్ల క్రితం.

ఆ బడుగు జీవితాల్లో కూడా ప్రేమకథలుంటాయ్. మురికివాడల్లో కూడా బ్రేకప్ లుంటాయ్. ఆ హృదయాలూ భగ్గుమంటాయ్. భగ్నమవుతూ ఉంటాయ్. కానీ ఎవడిక్కావాలి కాణీకి తూగని లవ్ స్టోరీస్?

ఏనాడో త్రేతాయుగం నాటి ముసలి హీరోలు నటించిన సినిమాల్లోని ప్రేమ కథల గురించి మీడియా పత్రికల్లో రాస్తే, అరిగిపోయిన తిరగలివంటి వార్తలు, అంటు మంగలి చెక్కిన అంటకత్తెరలాంటి కథలయినా సరే అవే చదువుతారు కానీ, పేద హృదయాల ప్రేమ రొదలు ఎవడిక్కావాలి?

శ్రీశైలం వయసు యాభై ఇప్పుడు. ఇందిరా పార్క్ బయట వడీలాల్ ఐస్ క్రీం తోపుడు బండి అతని ఒంటరి జీవితానికి బతుకు తెరువు. లైఫ్ లో తనకి ఏదీ అచ్చి రాలేదని తెగ ఫీలయి పోతుంటాడు.

అలాటిది...అనుకోకుండా...అతనికీ ఓ సూది మొనంత వెలుగు కనపడింది. అందుకే ఇప్పుడున్న డొక్కు కొంప అమ్మేశాడు కితం వారం. నాలుగు లక్షలొచ్చాయ్. కొత్త బట్టలు కొనుక్కున్నాడు. బంశీలాల్ పేటలో

రెండు గదులు, కుళాయి, టాయిలెట్ ఉన్న ఇల్లుని నెలకి ఏడువేలు అద్దెకి తీశాడు. ఇల్లంతా రంగు పేపర్, పూలూ కట్టి డెకరేషన్ చేశాడు. చీప్ కర్టెన్లు కట్టాడు. పాత కలర్ టీవీ సెకండ్ హాండ్ లో కొన్నాడు. ఓలెక్స్ లో పాత సోఫా, వాయిదాల్లో కొత్త డబుల్ కాట్ మంచం, పరుపులూ కొన్నాడు. నిలువుటద్దం కొని, అందునా తన అందం చూసుకున్నాడు. పాలిష్ కొట్టిన ఎర్రమద్ది చెక్కలా ఉక్కులా ఉన్నాడు శ్రీశైలం ఆ వయసులో కూడా. ఇవన్నీ లవంగి కోసం చేశాడు. లవంగి వయసు నలభై ఏడు. శ్రీశైలాన్ని పెళ్లాడటానికి నెలకితం ఒప్పుకుంది. లవంగికి ఈ వయస్సుకూడా గుండ్రని భుజాలు, చివరికంటా కరిగిపోయి దొండ పిందంత పుల్లకంటుకుపోయిన వెనీలా ఐస్ క్రీం తొరకంటి పెదాలు, మదనపల్లి టమాటా పండు రంగు బుగ్గలు, మాయాబజారు సావిత్రి కళ్ళు, కుదురైన నడుమూ, మతాబు వెలుగంటి నవ్వు!

ఆ రోజు లవంగి తనూ షాపింగ్ కి వెళ్ళి లవంగికి పెళ్లి బట్టలు కొనాలి. శ్రీశైలం రెడీ అయి హుషారుగా వెళ్ళాడు.

లవంగి 'ఆపిల్ కార్పొరేట్' హాస్పిటల్లో Upkeep, maintenance & laundry services లో menial staff గా పనిచేస్తోంది.

హాస్పిటల్ కి వెళ్ళాడు. కొంచెం పరిచయమైన గార్డుని శ్రీశైలం విష్ చేశాడు. గార్డు శ్రీశైలం చేతిలో ఓ కవరు పెట్టాడు. కవరు అంటించి ఉంది. అక్కడే కూర్చుని కవరు ఓపెన్ చేశాడు.

ఉత్తరం ఉంది!

"డియర్ శ్రీశైలం,

నాకుద్దోగం పోయింది. నన్నే కాదు శానా మందిని పీకేశారు. లాండ్రీ మెయింటింగు ఇకపైని యంత్రాలే సేస్తాయంట. ఆస్పిటల్ నిండా మర

యంత్రాలు అచ్చేసినాయి. నిన్నటి దాకా ఏదో ఆశ నాకు...నన్ను పొమ్మనరని. నీతో కొత్త జీయితం మొదలవుద్దని కలలు కన్నా. నన్ను సుకపెట్టాలని మురికివాడలో ఇల్లమ్మేసావు. నాకు నామ్మర్దా అవుద్దని ఐస్ క్రీం బండి అమ్మేసావు. నాకుద్దోగం నేకుండా మనం ఎట్టా బతకాల? బాంకులో సిల్లిగవ్వ నేదు. సచ్చిపోయిన నా తాగుబోతు మొగుడు నన్ను అప్పుల పాలు సేసి పోయిండు. ఏడయినా పనిమనిషిగా అంట్లు తోముకునే పని ఇప్పుడిక సేయలేను. నీకిప్పుడు ఎదటపడితే ఏదో ఒక మాట సెప్పి నన్ను పెల్లికి ఒప్పిత్తావు. డబ్బునేకుండా బతకలేం. నాకోసం ఎతక్కు. సావనులే. నన్ను స్కమించు. పైవోడు దయ సూసి ఏదైనా దారి సూపెడితే నీ కాడకే వత్తా.

నీ లవంగి"

'మాయదారి సెత్త జీయితం నాది' అని ఉస్సూరుమని కాళ్ళీడ్చుకుంటూ హాస్పిటల్ బయటికి వచ్చాడు శ్రీశైలం.

ఉద్యోగం పోగొట్టుకున్న స్టాఫ్ ధర్నా చేస్తున్నారు. అందులో ఉత్తరం ఇచ్చిన గార్డు కూడా ఉన్నాడు. "నీ ఉద్దోగం కూడా పోయిందా?" శ్రీశైలం ప్రశ్నించాడు. "ఆ! అవును. ఆటోమేటిక్ సెన్సర్లెట్టేశారు బిల్డింగ్ అంతా. సెక్యూరిటీ స్టాఫ్ ని తగ్గించేశారు," వాపోయాడు గార్డు. మెయిన్ డోర్ దగ్గర ఓ రోబో కనపడింది శ్రీశైలానికి.

ధర్నాకి నాయకత్వం వహించిన అతను నినాదం చేస్తున్నాడు, "అర్టిఫిషల్ ఇంజలిటెన్స్ డౌన్ డౌన్" అని. అందరూ డౌన్ డౌన్ అని అరిచారు.

శ్రీశైలం 'అర్టిఫిషల్ ఇంజలిటెన్స్' అనే రెండు పదాలు మొదటిసారి విన్నాడు. ఏదో అపాయం వచ్చిందని అతనికి అర్థమైంది.

శ్రీశైలం బరువెక్కిన గుండెతో ముందుకు కదిలాడు.

1990 వ సంవత్సరం తర్వాత ఓ శకం అతని కళ్ల ముందు రీలులా తిరిగింది.

పిడికెడంత మూలధనం మాత్రమే ఉన్న బడుగు వర్గానికి చెందినవాడు రోడ్డు సైడు షాపు పెట్టి చిన్న వ్యాపారం చెయ్యడం కత్తిమీద సాములాంటిది. చిన్న మార్పు వచ్చినా దివాలా తీస్తుంది ఒక్క రాత్రిలో వ్యాపారం.

ఐటిఐ లో శిక్షణ అయి, గవర్నమెంటు బ్యాంకులో పాతికవేలు అప్పు చేసి, రేడియో, టేపురికార్డరు రిపేరు అంగడి శ్రీశైలం పెట్టాడు. ఎప్పుడు మాయమైపోయాయో రేడియోలూ, టేప్ రికార్డర్లూ! జనాలు వాటిని వాడటం మానేశారు. శ్రీశైలం అంగడి మూసేశాడు. అప్పు బకాయి పడ్డాడు.

బ్లాక్ అండ్ వైట్ టీవీ జన్మించింది. వాటి రిపేరింగ్ నేర్చుకుని ప్రైవేట్ సంస్థలో ఋణం తీసుకుని చచ్చీ చెడి టీవీ మెకానిక్ కొట్టు పెడితే, కలర్ టీవీలు గెద్దల్లా వచ్చి మొత్తం దృశ్యాన్నే మార్చేశాయి.

సైకిలు రిపేరింగ్ షాపు పెట్టాడు. సైకిల్స్ అదృశ్యమయినాయి రోడ్ల మీద క్రమేణా.

STD బూత్ పెట్టాడు పెరిగిపోతున్న అప్పులు తీర్చటానికి. ఆ కొట్టు నిలదొక్కుకుంటోంది అని గట్టిగా అనుకోకముందే మొబైల్ శకం మొదలయింది.

పదేళ్ళు ప్రయోగాలతో విసిగిపోయాడు. చివరికి ఐస్ క్రీం బండి పెట్టుకున్నాడు.

"టెక్నాలజీ మారినప్పుడల్లా డబ్బున్నవాడు మరింత కుబేరుడయ్యాడు. నాలాంటి వాడు పాతాళంలోకి జారిపోయాడు," అని బాధపడుతూ శ్రీశైలం తన కొత్త అద్దె ఇంటికి చేరాడు. లోపలికి వచ్చాడు.

లవంగిని తన ఇంటికి తీసుకువద్దామని అందంగా అలంకరణ చేసిన ఇల్లు బోసిపోయినట్టు అనిపించింది శ్రీశైలానికి. పాత చెక్క బీరువా తెరిచి, డొక్కు లాకరు ఓపెన్ చేసి లవంగి రాసిన ఉత్తరం అక్కడ జారవిడిచాడు బాధగా.

ఆధార్, ఓటర్, రేషన్ కార్డులు, లోకల్ చిట్ ఫండ్ లో చేసిన అప్పుల పాస్ బుక్కులు, బ్యాంక్ పాస్ బుక్కు, తన పెళ్లి ఫొటోలు, అప్పు బకాయిల నోటీసులు, నల్లులూ, బొద్దింకలూ, బొత్తర్లగా కాగితాలు ఉన్నాయి అక్కడ.

శ్రీశైలం దృష్టి గోధుమ రంగులోకి మారి, పెళుసు తిరిగిన ఓ పాత కాగితం మీద పడింది.

శ్రీశైలం కళ్ళనిండా నీళ్ళు తిరిగాయి ఆ కాగితాన్ని చూడంగానే! కాగితం మడతలు విప్పాడు. మరోసారి చదువుకున్నాడు:

"డియర్ శ్రీశైలం,

నీ కాళ్ల మీద నిలబడి నన్ను పెళ్లి సేసుకోవాలని ఎన్నో సేసావ్. రేడియో, టీవీ రిపేరింగ్ సాపులెట్టావ్. సైకిళ్ళు అద్దెకి తిప్పావ్. పోను బూతు పెట్టావ్. ఒకటి కాదు. ఏదీ అచ్చి రాలే. నీ గురించి మా నాయనతో కూడా కొట్లాడాను. అమ్మ, నాయనా ఉరేసుకోబోయారు. ఆల్లు తెచ్చిన సంబందమే సేసుకోవాలంట. నాకూ నీకూ దేవుడు ఇంతే రాసిపెట్టాడు. నన్ను మర్సిపో. ఈ వారమే నాకు పెళ్లి.

నీ లవంగి"

ఇరవై ఏళ్ల క్రితం లవంగి రాసిన ఉత్తరం అది. తనూ లవంగి గాఢంగా ప్రేమించుకున్నారు.

అప్పుడూ ఇప్పుడూ తన లవంగిని తనకి కాకుండా చేసింది ఆ బ్రహ్మ అనుకున్నాడు శ్రీశైలం ఇన్నాళ్లూ.

కాదని ఇప్పుడే తెలిసింది.

"అట్టిఫిషల్ ఇంజలిటెన్స్ డౌన్ డౌన్ " అని జీరగొంతుకతో గొణుక్కుంటూ, ఏడ్చుకుంటూ శ్రీశైలం వీధిన పడ్డాడు.

శీర్షాసనం

"సింహం! నువ్వు బుకాయించకు. వయసు మీద పడి, నువ్వు అన్నీ మర్చిపోతున్నావు. పైగా నన్ను నిందిస్తున్నావు," అంటూ కరెంట్ బిల్లు కోసం ఇల్లంతా వెతుకుతోంది అరపై పడిలో పడ్డ లలిత.

నరసింహం అనే నామధేయం కలిగిన లలిత మొగుడు, ఒక కాలు మోకాలు దాకా మడత పెట్టి, కుర్చీ పైన పెట్టి, రెండో కాలు గాలిలో ఊపుతూ, డైనింగ్ టేబుల్ వద్ద కుర్చీలో కూర్చుని, "నా చేతుల్తో నేను నీకు, నిన్న గాక మొన్న, కరెంట్ బిల్లు ఇచ్చాను. ఎక్కడో పారేశావ్. పైగా నాకే జ్ఞాపకశక్తి తగ్గుతోంది అని నా మీద లేనిపోని అభాండాలు వేస్తున్నావు. కరెంట్ బిల్లు బ్యాంకులో చూపిస్తే, మన KYC అప్‌డేట్ చేస్తారు. లేకుంటే, అకౌంట్ బ్లాక్ చేస్తారట. కరెంట్ బిల్లు ఒక్కటే మనం ఇప్పుడున్న అడ్రెస్ తో ఉంది. పాత అడ్రెస్సులున్న ఆధార్, ఓటర్ ఐడిలని బ్యాంకు వాళ్ళు ఒప్పుకోవట్లే," అంటూ లలితకి ఉపన్యాసం వల్లిస్తున్నాడు.

"ఇదిగో! మరొక్కసారి, కరెంట్ బిల్లు నా చేతికి ఇచ్చాను అన్నావంటే, అసలు వెతకడం మానేస్తాను. పోనీలే, పాపం, ఏదో బ్యాంకులో ఇవ్వాలి అంటున్నాడు అని చచ్చేలా ఇల్లంతా వెతుకుతుంటే, చులకనగా మాట్లాడకు. నాకు నడ్డి సాగిపోతోంది. నువ్వే వెతుక్కో! రిటైరయ్యాక అజమాయిషీ చలాయించటం మరీ ఎక్కువైంది," అంటూ సడెన్ గా, సమ్మె డిక్లేర్ చేసిన యూనియన్ వర్కర్లా, ఎక్కడ పని అక్కడ వదిలేసి, విసవిస బెడ్ రూంలోకి లలిత వెళ్ళిపోయింది.

ఆ వృద్ధ దంపతులుకి ఇద్దరు పిల్లలు. పిల్లలిద్దరూ సెటిల్ అయి, విదేశాల్లో ఉన్నారు. వీళ్ళిద్దరూ కిందా పైనా పడుతూ, లాక్కొస్తున్నారు.

నరసింహం ఈ ఆకస్మిక సమ్మె ఊహించలేదు. అతనికి బిల్లు వెతికే ఓపికలేదు.

అక్కడ్నించి లేచి, "దేనికైనా ఓ హద్దుంది. హద్దు మీరి మాటలంటే, ఊరుకోటం నా వల్లకాదు! నాకేం మతిమరుపు లేదు," అంటూ నరసింహం తన గదిలోకి వెళ్ళి, దభాల్మని తలుపు వేసుకుని, అక్కడ ఉన్న తన కంప్యూటర్ టేబిల్ ముందు ధడేల్ మని కూర్చున్నాడు.

ఆ గడబిడలో అతని చేతిలోని ఫోను జారిపోయింది. ఫోను నేల మీద పడేలోగా పట్టుకోవాలని, అప్రయత్నంగా కిందకి వంగాడు.

ఫోను అరచేతిలోకి దొరికినట్టే దొరికి, అతని చేతిలోంచి నేల మీదకి మెత్తగా జారి, టేబిల్ కిందకి slide అవుతూ వెళ్లింది.

నరసింహం మోకాళ్ళ మీద కూర్చుని, నడ్డి వంచి, మెడ సాగదీసి, "అమ్మా! అబ్బా!" అంటూ టేబిల్ కిందకి తొంగి చూశాడు.

ఫోను స్క్రీను మెరుస్తోంది.

ఆ వెలుగులో ఒక కాగితం నరసింహానికి కనపడింది. అది కరెంట్ బిల్లు! చటుక్కున తీశాడు.

'దీని సిగతరగ! ఇక్కడికెలా వచ్చింది. లలితకి నేను బిల్లు ఇవ్వలేదన్నమాట. ఈ బిల్లు నా టేబిల్ కిందే ఉందని లలితకి ఇప్పుడు తెలిస్తే, నా బతుకు బండలే!' అనుకుని, ఆ బిల్లుని మడిచి, తన అరచేతిలోకి తీసుకుని, పిల్లిలా హాల్లోకి వచ్చాడు.

లలిత గదిలో ఫాను తిరుగుతున్న శబ్దం వస్తోంది.

కరెంట్ బిల్లుని హాల్లో ఉన్న డైనింగ్ టేబిల్ మీద పెట్టాడు.

'ఉహు! ఇక్కడ పెడితే, ఇది నా పనే అని లలిత ఇట్టే పట్టేస్తుంది,' అనుకుని, కిచెన్లోకి వెళ్ళాడు.

బిల్లుని పోపుల డబ్బా కింద పెట్టాడు లలితని ముద్దాయిగా నిరూపించటానికి. మనసు రాలేదు.

ఫ్రిజ్ వైపు చూశాడు. 'అదీ!' అనుకుని, బిల్లుని ఫ్రిజ్ పైన ఉన్న చిన్న వినాయకుడి బొమ్మ కింద పెట్టి, తిరిగి తన గదిలోకి చడీ చప్పుడూ లేకుండా వెళ్ళాడు.

మరి కొద్ది సేపటికి, తనకీ, మొగుడికీ టీ పెట్టడానికి లలిత కిచెన్లోకి వచ్చింది.

ఫ్రిజ్ మీద, పక్కకి దొర్లి, 'లలితా! నన్ను సరిగ్గా నించోపెట్టవా?' అని వినాయకుడు అడుగుతున్నట్టు ఉండటం చూసింది.

లలిత నిట్టూర్చింది.

'ఇంట్లో ఒక్క వస్తువు పెట్టిన చోట పెట్టినట్టు ఉండదు కదా" అంటూ, వినాయకుడి బొమ్మ సరి చేస్తూ, చేతికి తగిలిన కరెంటు బిల్లు తీసింది.

'అయ్యో! బిల్లు ఫ్రిజ్ మీద పెట్టినట్టున్నా! మర్చిపోయాను. ఇప్పుడు ఇస్తే, ఇంత ఎత్తు లేస్తాడు. పోనీలే! ఏదో బ్యాంకు పని అని టెన్షన్ పడుతున్నాడు," అనుకుని, బిల్లు తీసుకెళ్ళి, నరసింహం చేతికి ఇచ్చింది.

నరసింహం, "ఎక్కడుంది?" అన్నాడు ముసిముసిగా నవ్వుతూ.

లలిత మొగుడి నవ్వు చూసింది. "సింహం, నీకే దొరికింది బిల్లు. నిజం చెప్పు! బుకాయించకు," అంది.

"ఇదిగో, బుకాయించకు అని ఇంకొక్క సారి అన్నావంటే, ఊరుకునేది లేదు," అన్నాడు ఎటో చూస్తూ.

నరసింహానికి మొదటిసారి సందేహం వచ్చింది తనకి మతిమరుపు పెరిగిపోతోందా? అని!!

* * * * *

మరో రోజు, నరసింహం, రాత్రి ఏడింటికి, చపాతీని కూరలో నంచుకుని తన్మయత్వంగా ఆస్వాదిస్తూ, టీవీలో సినిమా చూస్తున్నాడు.

పక్కనే కూర్చుని ఉన్న లలిత ఉన్నట్టుండి, "సింహం, నీ వేలికి ఉంగరం ఏది?" అని అడిగింది. నరసింహం వేలు చూసుకున్నాడు.

తన చేతి వేలికి ఉండాల్సిన పెళ్లి నాటి ఉంగరం లేదని గ్రహించాడు.

అది లలిత తండ్రి పెట్టిన పెళ్లి ఉంగరం!!

ఇలాంటి సందర్భంలో, తను చదవవలసిన దండకం, ఆమెతో ప్రమేయం లేకుండా, లలిత మెదడులో ఉత్పన్నమయి, ఆమెలోని సరస్వతి యమునా నదిలా ప్రవహించి, సుడులు తిరుగుతుంది.

ఆమె అందుకుంది.

"మా నాన్న మన పెళ్ళికి చేయించిన ఉంగరం. మీ వాళ్ళు 'మాకు కానుకలు ఏమీ వద్దు వద్దు అని ఓ పక్క అంటూనే, మరో పక్క అది ఆనవాయితీ, ఇది వేడుక, అంటూ బెట్టు చేస్తే, మా నాన్న చేయించిన ఉంగరం.

"ఏ పనీ లేక, ఆ వేలునుంచి ఈ వేలుకీ, ఈ వేలునుంచి ఆ వేలుకీ, ఆ ఉంగరాన్ని ఓ బొంగరంలా తిప్పి, తిప్పి ఎక్కడో పడేసావు. ఇన్నాళ్లుగా,

అది నీలాంటి మనిషి చేతి వేలుకి ఉండటమే ఓ వింత. మా నాన్న కష్టార్జితం కాబట్టి నిలిచింది...."

ఉంగరం ఎక్కడ ఎలా పోయిందో నరసింహానికి గుర్తు రావట్లే. అతను గంభీరత నటిస్తున్నాడు.

లలిత నిరాటంకంగా, మనసారా జాడింపు దండకం చదివి, అలసిపోయింది.

మొగుడు ఉంగరం ఎక్కడో పారేసుకున్నాడు. అది ఒప్పుకోటానికి 'మగ అహంకారం' అడ్డు వస్తోందని గ్రహించింది.

లలిత ఒక క్లూ ఇచ్చింది. "సింహం! నీ ఫ్రెండ్ మురళితో అతనికి ఏదో పని ఉంది అని, మొన్న కంసాలి దగ్గరకి వెళ్ళావు. నీ ఉంగరం లూజ్ అయింది అని అంటున్నావు ఈ మధ్య. కంసాలికి రిపేర్ కి ఇచ్చావా?" అంది.

మురళితో కంసాలి దగ్గరకి వెళ్ళిన విషయం నరసింహానికి గుర్తుంది. అక్కడ రెండు గంటలు పైగా ఉన్నాడు. కానీ, ఉంగరం కంసాలికి ఇచ్చానా లేదా అని గింజుకున్నాడు.

లలిత ప్రశ్నలు వేస్తోంది.

నరసింహం సమాధానం చెప్పకుండా ఋషిలా మౌనంగా ఉన్నాడు.

* * * * *

ఆ సాయంత్రం, నరసింహం మురళిని కలిశాడు. విషయం చెప్పి, "నేనేమైనా నా ఉంగరం సైజు చేయమని కంసాలికి ఇచ్చానా?" అన్నాడు.

"నేను గమనించలేదు!" అన్నాడు మురళి.

"కంసాలిని అడిగిచూడు." అన్నాడు నరసింహం.

"బావుండదేమో! ఆయన ఒకదానికి ఒకటి అనుకుంటాడు. ఇంకోసారి వెతుకు. దొరక్కపోతే, అప్పుడు చూద్దాం ఏం చేయాలో!" అన్నాడు మురళి.

నరసింహం తన దిగులు వెళ్లబోసుకున్నాడు, "ఒరేయ్! మురళీ! నాకు మతిమరుపు వచ్చింది. నీకూ అంతేనా!" అని అడిగాడు.

"మతిమరుపుకి పరిష్కారం దొరికింది నాకీ మధ్య!" అన్నాడు మురళి.

నరసింహం అది ఏమిటి అని అడగక ముందే, మురళి మొదలెట్టాడు. గత రెండు రోజులుగా మురళి శ్రోతలకోసం వెతుకుతున్నాడు.

మురళి ఉదయాన్నే లేచి, యూ ట్యూబ్ లో చూసి, యోగాసనాలు వేయటం నేర్చుకుంటున్నాడు.

ఇప్పటికే, అతనిలో ఏదో మార్పు కొట్టొచ్చినట్టు కనపడుతోంది అని అందరికీ చెప్పటం మొదలెట్టాడు.

మురళి, నరసింహానికి కూడా లెక్చర్ దంచాడు,

"సింహం! మన శరీరంలో న్యూట్రాన్లు, ఎలెక్ట్రాన్లు, ప్రొటాన్లు అని టన్నుల, టన్నులుంటాయి. ఇవి ట్రాఫిక్ లో చిక్కుకున్న వాహనాల్లా, శరీరంలో అస్తవ్యస్తంగా తిరుగుతుంటాయి. ఆసనాలు వేస్తే, అవి ఓ క్రమంగా నడుస్తాయి. శీర్షాసనం వెయ్యి. దెబ్బకి నీకు మతిమరుపు పోతుంది," అన్నాడు.

శీర్షాసనం ఎలా వేయాలో మురళి ఉచిత ప్రదర్శన చేసి చూపించాడు!

* * * * *

ఆ పై వారం, శీర్షాసనం పని చేస్తోందో లేదో అని తెలుసుకోవాలని, మురళి నరసింహానికి కాల్ చేసి, మొదటగా, "సింహం! ఉంగరం దొరికిందా?" అని అడిగాడు.

నరసింహం అటూ ఇటూ చూశాడు. లలిత అక్కడ లేదు.

"ఆ! ఆ! దొరికింది. నిద్రలో మొన్న మంచం మీద జారవిడుచుకున్నా. లలిత తీసి భద్రంగా పెట్టింది!" అన్నాడు.

మురళి, "శీర్షాసనం రోజు వేస్తున్నావా! జ్ఞాపకశక్తి పెరిగిందా?" అని అడిగాడు.

"అప్పుడప్పుడు, అవసరం అయినప్పుడు మాత్రమే వేస్తున్నా! బాగా పని చేస్తోంది!" అన్నాడు నరసింహం.

"అవసరం అయినప్పుడు మాత్రమేనా? అదేంటి?" అన్నాడు మురళి.

"ఈసారి కలిసినప్పుడు చెప్తా!" అన్నాడు నరసింహం నవ్వుతూ!

* * * * *

ఆ రోజు....

శీర్షాసనం ఎలా వేయాలో మొదటిసారి మురళి దగ్గర నేర్చుకుని, నరసింహం తన ఇంటికి వచ్చాడు.

ఇంట్లో లలిత లేదు.

కొత్త బిచ్చగాడు పొద్దెరగడని, ఇంటికి రాగానే, నరసింహానికి శీర్షాసనం మరోసారి వేయాలనిపించింది.

గోడకి వారగా ఒక తలగడ వేసుకుని, తల దాని మీద పెట్టి, “ఓం నమః శ్శివాయ” అంటూ రెండు చేతులు మోపు చేసి, ఒక్క ఉదుటున, శరీరాన్ని తల కిందులుగా పైకి లేపాడు.

హాలులో వస్తు సామగ్రి తలకిందులుగా కనిపిస్తోంది.

అప్పుడు, సోఫా కింద వైపున ఉన్న ఇనప చువ్వకి, మెత్తని స్పాంజి భాగానికి మధ్యలో ఇరుక్కుని చిన్న వస్తువు తళుక్కుమని మెరుస్తూ కనపడింది.

నరసింహం నిశితంగా చూశాడు. అది పెళ్లి ఉంగరం!

దభాలుమని ముందుకి ఉరికాడు.

పెళ్ళి ఉంగరం తీశాడు.

టీవీ చూస్తూ, ఉంగరాన్ని వేళ్ళ మధ్య మార్చుకోవటం అతనికి అలవాటు. ఎప్పుడో ఏ ఏమరుపాటునో, ఉంగరం సోఫా సందుల్లోకి వెళ్ళి ఇరుక్కుందన్నమాట!

నరసింహం చకచకా కంసాలి దగ్గరకి వెళ్ళి, వేలికి సరిపడేలా, టైట్ చేయించాడు.

ఇంటికి వచ్చి, “కంసాలి ఉంగరం ఇచ్చాడు. టైట్ చేయించా! ఇదిగో!” అన్నాడు.

“నేను చెప్పా కదా! ఉంగరం కంసాలికి ఇచ్చి ఉంటావని,” అంది లలిత.

“నేనేం మర్చిపోలేదు. కంసాలికి ఇచ్చా అని నాకు గుర్తుంది,” అన్నాడు ఎటో చూస్తూ.

"అదిగో! మళ్ళీ బుకాయిస్తున్నావ్! నువ్వు ఉంగరం కంసాలికి ఇచ్చిన విషయం మర్చిపోయావు," అంది లలిత.

"ఇంకోసారి 'నేను బుకాయిస్తున్నా' అంటే ఊరుకునేది లేదు," అన్నాడు నరసింహం.

అడపాదడపా, మొగుడు శీర్షాసనం వేయటం లలిత చూసింది. "ఇదేంటి కొత్తగా?" అంది.

"శీర్షాసనం వల్ల లాభం ఉంది," అన్నాడు నరసింహం.

* * * * *

ఓ సాయంత్రం, లలిత, "నా జడ క్లిప్ కనపడట్లేదు, టైమ్ అయిపోతోంది. త్వరగా వెళ్ళాలి," అని అలజడి అవటం నరసింహం గమనించాడు.

ఆడవాళ్ళు బయటకి వెళ్ళేటప్పుడు, సమయం చూసుకుని, జడ క్లిప్ ఆ క్షణంలోనే మాయం అవుతుంది. అప్పుడు, క్లిప్ జాడని పట్టిచ్చిన ఎవరైనా, ఆ మగువకి ఎంతో ఇష్ట సఖుడవుతారు.

నరసింహం చటుక్కున శీర్షాసనం వేశాడు. టీపాయి కింద వైపు ఇరుక్కున్న జడ క్లిప్ కనపడింది.

"లలితా! ఇంద జడ క్లిప్" అన్నాడు.

"నా మొగుడు బంగారమే!" అంది లలిత క్లిప్పుని జడకి బిగిస్తూ.

నరసింహం మురిసాడు.

"ఈ మధ్య చురుగ్గా ఉంటున్నావ్! శీర్షాసనం వల్ల కామోసు!" అంది లలిత!

* * * * *

93

నరసింహానికి వయసు వచ్చిన కొద్దీ, ఎన్నో మర్చిపోయాడు.

ఆ ఒక్కటి తప్ప!

ఏదైనా వస్తువు ఇంట్లో దొరక్కపోతే, మర్చిపోకుండా, అతను చేసే మొదటి పని -శీర్షాసనం వేయటం!

ఆ తర్వాత ఆ జంట పది కాలాలు పదిలంగా సంసారం చేశారు!

ఆ విషయం, ఆ తర్వాత తెలుసుకున్న మురళి, "ఔరా! సింహం! శీర్షాసనం ఇలా వాడుతున్నావా?" అని నోరు వెళ్లబెట్టాడు.

సమాప్తం

Made in the USA
Monee, IL
24 August 2025

24123105R00059